பேதுருவின் படகு

ஜே ரமேஷ்

முதற் பதிப்பு 2024

பதிப்பாளர் :

நான் இயேசுவிற்குக் கடனாளி ஊழியங்கள்,
பிரஜாபதி நிவாஸ், 31, எம்.டி.சி. நான்காவது தெரு,
மகரிஷி டீச்சர்ஸ் காலனி, வானகரம்,
சென்னை – 600095.
அலைபேசி: 9841053626
மின்னஞ்சல்: rameshaction@gmail.com

Wrapper designs :
Praveen (Mizpah)
Mob: 75027 80784
Asho Arts and graphics
Mob: 9566920035
RR Digital & Printing
Mob: 6383932472

Printed at:
Abisan Printers, Royapettah, Chennai.

அருள்திரு ஆயர். பால் பிரான்சிஸ் ரவிச்சந்திரன்,
சி.எஸ்.ஐ. வெற்றிச் சிலுவை ஆலயம்,
அசோக் நகர், சென்னை.

மதிப்புரை

பேதுருவின் படகில் பயணிக்க வாய்ப்புக் கொடுத்த படகோட்டி ஜே. ரமேஷ் அவர்களுக்கு உளமார்ந்த வாழ்த்துகளை தெரிவிக்கின்றேன்.

இப்பேதுருவின் படகில் பயணித்துத் திருமறை என்னும் கடலில் வலை வீசி ஆழத்திலிருந்து பல முத்துக்களைச் சொந்தமாக்கிக் கொண்டேன். இந்தப் புத்தகத்தில் இருக்கக் கூடிய பதினைந்து துடுப்புகளும் சீடன் பேதுருவை மையப்படுத்தியதால் பேதுருவின் பல பரிமாணங்களை அறிந்து கொண்டேன். இயேசுவின் சீடர்களாகிய நாம் வசதியான இடத்தையே பிடித்துக் கொண்டு, இருக்கின்ற இடத்திலேயே இருந்து கொண்டு, இருக்கின்ற வண்ணமாகவே இருந்து இறை ஊழியத்தை செய்ய முடியாது என்ற ஒரு சவுக்கடியை எழுத்தாளர் கொடுத்திருக்கின்றார்.

ஒவ்வொரு தலைப்பிலும் இந்திய இலக்கியத்தை இணைத்து இறைபற்றை ஊக்கப்படுத்தி உந்துதல் கொடுத்துள்ளார். சிறப்பிற்குரிய தமிழில் சில இடங்களில் கவிதை வடிவத்திலும், நடைமுறை உதாரணங்களிலும், ஆங்கில மேற்கோள்களையும் காண்பித்து இந்நூலுக்கு மெருகு ஏற்றியுள்ளார். ஆழமான இறையியல் கருத்துகளை பதிவு செய்து இறை சீடர்கள் இறைவனை பார்க்கக்கூடிய பார்வையையும், இறைவன் தன் சீடர்களைப் பார்க்கக்கூடிய பார்வையையும் வித்தியாசமானக் கண்ணோட்டத்தில் எடுத்துரைத்திருப்பது மகிழ்வைத் தருகிறது.
பற்றுறுதியின் வாழ்வின் படகுப் பயணத்தில் சத்தியத்திற்கும் உண்மைக்கும் உள்ள வேறுபாட்டை

சிறப்புற கற்றுக் கொடுத்திருக்கின்றார். அவ்விதமாக, "உறக்கம் சிறிய மரணம். மரணம் பெரிய உறக்கம். பெரிய உறக்கத்திற்கு செல்லும் பயணம் சரியானதாக இருத்தல் அவசியம். ஒவ்வொரு நாளும் சிறிய மரணத்தை நாம் கண்டு கொண்டுதான் இருக்கிறோம். நமது பகல் பயணம் தானே சாட்சியுள்ள ஜீவியம்?" என்ற வரிகள் நமது ஆவிக்குரிய வாழ்வை மீண்டும் பரிசோதித்துக் கொள்ளும் எண்ணத்தை அளிக்கிறது.

பேதுரு, பவுல் இருவரின் கருத்து வேற்றுமையின் பின்புலத்தில் நாம் காணவேண்டிய இறையியலையும் நற்செய்தி ஊழிய விழிப்புணர்வையும் நன்கே ஆய்வு செய்துள்ளார்.

ஒவ்வொரு அத்தியாயத்தின் நிறைவிலும் வாசகர்களை, எது என் படகு? என்ற கேள்வியுடன் ஆய்வு செய்ய அழைத்திருப்பது அருமையானதாகும். பேதுருவின் சிறைச்சாலை அனுபவம், உயிர்த்த இயேசுவுக்கும் பேதுருவுக்கும் நடைபெற்ற கடைசி உரையாடல், அனைவரும் ஆசாரியரே என்ற கொள்கையையும் மற்றும் பேதுருவின் இரண்டு மடல்களின் அறிமுகம் அனைத்தையும் அழகாக தொகுத்து முத்தாய் முடிவுரையை எழுதியிருப்பது பாராட்டுக்குரியது.

அனைவரும் பயணிப்பதற்குப் "பேதுருவின் படகு" தயார் நிலையில் இருக்கிறது. படகோட்டி ஜே. ரமேஷ் அவர்களுக்கு என் வாழ்த்துகள். இன்னும் இப்படிப் பல படைப்புகளை இறைமக்களின் அறிவுக் கண்களைத் திறக்கத் தந்தருள விரும்புகின்றேன்.

இவண்,

பால் பிரான்சிஸ் ரவிச்சந்திரன்,
ஆயர்,
சி.எஸ்.ஐ. வெற்றிச் சிலுவை ஆலயம்,
அசோக் நகர், சென்னை.

><}}}}*> 00000 <*{{{{><

அறிந்துரை

கவிஞர் ஜோ. அருள் பிரகாஷ்,
சொற்பொழிவாளர்.

எழுத்தை வரமாகவும் எழுதுவதைத் தவமாகவும் வாய்க்கப்பெற்ற கவிஞர் ஜானி ரமேஷ் அவர்களுக்கு மீண்டும் எனது வாழ்த்துகள். உங்களுடைய ஒவ்வொரு நூலையும் வாஞ்சையுடன் வாசிக்கும் எனக்கு மீண்டும் ஒரு கருத்து விருந்தாய் நீங்கள் தற்போது வெளியிட்டிருக்கும் "பேதுருவின் படகு" என்னும் நூல் எனக்கு கிடைத்தது.

பேதுரு ஒரு பேச்சாளர், நிறையப் பேசியவர், நிறைவாய்ப் பேசியவர் என்று அவரைப் பற்றி நீங்கள் எழுதியிருக்கிற எல்லா இலக்கணமும் உங்களுக்கும் பொருந்தும். பரிசுத்த வேதாகமத்தை வாசிப்பது எப்படி என்பதையும், தியானிப்பது எப்படி என்பதையும், ஆராய்ச்சி செய்வது எப்படி? அனுபவிப்பது எப்படி? என்பதையும், இந்நூல் கற்றுத் தருகிறது!

பேதுருவின் படகு பிரசங்க மேடையானதும், பேதுருவே பிரசங்கியரானதும், நாம் பிரசங்கங்களில் கேட்டிருந்தாலும் இந்த நூலின் வாயிலாக அந்த அழகிய உண்மையை ஆழமாகப் புரிந்து கொள்ள முடிகிறது. பேதுருவின் வாழ்க்கையை வலைவீசுவதற்கு முன், வலைவீசியதற்கு பின் என பிரித்திருப்பது இலக்கிய அழகுடைய செய்தி.

பேதுரு என்றால் மறுதலித்தவர் என்ற எதிர்மறை அடையாளத்தை மட்டுமே அறிந்திருந்த நமக்கு, பேதுரு என்கிற ஆளுமையை முழுமையாய் காண்பிக்கிறது இந்நூல்.

இலக்கியத்தையும், புராண இதிகாசங்களையும் நன்கறிந்தவர் என்பதால் ரமேஷால் எல்லா கண்ணோட்டத்திலும் திருமறையை ஆய்வு செய்ய முடிகிறது. அதனால் நமக்கும் பல புதிய உண்மைகள் புலனாகிறது.

ஒரு இறையியல் கல்லூரியில் பாடமாக வைக்கிற அளவிற்கு பேதுருவின் வாழ்க்கையை நமக்கு படம் பிடித்துக் காட்டியிருக்கிறார்.

கடவுளை மறுதலித்த அதே பேதுரு தான் இயேசு கிறிஸ்துவை எந்த இடத்திலும் எவர் எதிரிலும் தைரியமாய்ப் பிரசங்கிக்க வேண்டும் என்று சொல்லியிருக்கிறார்.

பரிசுத்த வேதாகமத்தோடு நடக்காமல், பரிசுத்த வேதாகமத்தின்படி நடக்க வேண்டும் என்பதை இந்த நூல் முழுக்க ரமேஷ் உணர்த்தியிருக்கிறார்.

இந்த உலகத்தில் நாமும் சில நேரத்தில் படகாக இருக்கிறோம். சில நேரத்தில் பயணியாக இருக்கிறோம். படகாய் இருந்தால் அவரை அறிவிக்கவும், பயணியாய் இருந்தால் அவரை அடையவும் வேண்டும் என்பதே நமது இறுதி இலக்கு. இந்திய இலக்கியங்கள் எல்லாம் இறையியல் உண்மைகளையே மறைமுகமாக எடுத்துரைக்கின்றது என்பதை தமது இலக்கிய அறிவால் இந்நூலில் தெரிவித்துள்ளார். பவுலையும் பேதுருவையும் ஒப்பிட்டு எழுதியுள்ள அந்த 12ஆம் அத்தியாயம் மிக அழகானது, ஆழமானது.

பேதுருவின் படகைப் பற்றி எழுதிய ரமேஷ், பவுலின் பயணத்தையும் எழுத வேண்டும் என்ற எனது விருப்பத்தையும் தெரிவித்துக் கொண்டு ஒரு வாசகனாய் என் வாழ்த்தைக் கூறி நிறைவு செய்கிறேன்.

><}}}}*> 00000 <*{{{{><

பரிந்துரை

அருள்பணி முனைவர் B.J. பிரேமைய்யா,
மேனாள் ஆயர், வேதபாட ஆசிரியர், போதகர்,
தென்னிந்திய திருச்சபை, சென்னை பேராயம்.

'பேதுருவின் படகு' எனற இந்நூலை எழுதிய ஆசிரியர் திரு. ஜானி ரமேஷ் அவர்களை நான் கடந்த 5 வருட காலமாய் அறிந்தவன். அவருடன் கிடைத்த நட்பு, அவரின் பண்பு, அவரின் துடிப்பு, அதை நிறைவேற்றும் அர்ப்பணிப்பு ஆகியவை என் மனதை ஈர்த்தன. எனவே அவர் கேட்டுக் கொண்டபடியே, அவரின் இந்நூலுக்கு நானும் பரிந்துரை எழுதுவதை ஒரு சிலாக்கியமாகக் கருதி எழுத முன் வந்தேன்.

இந்நூலைப் படிக்கும்போது, ஆசிரியர் நம்மைப் பேதுருவுடன் படகில் ஏறிப் பயணம் செய்ய அழைக்கிறார் என்ற உணர்வைப் பெறுகிறோம். இப்பயணம் 'மோட்சப் பிரயாணம்' என்ற நூலை (ஜான் பனினியன் எழுதிய நூல்) படிப்பது போல் அமைந்துள்ளது. இது ஒரு இன்பப் பயணம் மட்டுமல்ல, பல இன்னல்களை, இடர்ப்பாடுகளை மெல்ல, மெல்லக் கடந்து, மேற்கொண்டு பேதுரு செய்த பயணம். பேதுருவை மனிதராகக் காட்ட முற்படாமல், அவர் வாழ்க்கையின் வெற்றி, தோல்வி, ஏற்றம் இறக்கம், வீழ்ச்சி, எழுச்சி, மீட்சி ஆகியவற்றை படம் பிடித்துக் காட்டுகிறார்.

அப்படி இந்த பேதுருவின் படகில் ஏறிப் பயணம் செய்யும் போது, நம்மில் உள்ள குறைபாடுகளை நாமே உணரவும், மனமுடைந்து, பேதுருவைப் போல் மனங்கசந்து அழுது, மனம்மாறி நம்மைத் திருத்திக் கொள்ளவும், தூண்டும் ஒரு வியத்தகு பயணம். மாற்றுருவாக்கத்திற்கு அழைத்துச் செல்லும் பயணம். இந்நூலைப் படிப்போர் மேலெழுந்தவாரியாக சாதராரண ஒரு கதைப் புத்தகம்போல் படிக்காமல், திருத்தும் திருமறையை பக்கத்தில் வைத்துக் கொண்டு, தியான சிந்தையுடன் கருத்தூன்றி

‘திருத்தப் படுவோம், திருந்துவோம்’ - என்ற தீர்மானத்துடன் படிக்க நம்மை ஏவும் நூல். எனவே படிப்போர் உள்ளம் பண்பட வேண்டும், அவர்தம் வாழ்வில் ஒரு திருப்பம் ஏற்படவேண்டும், அவர் தம் வாழ்க்கைப் படகு திசைமாறிச் செல்லாமல் சரியான பாதையில், சரியான குறிக்கோளை நோக்கி இறைவன் நம் ஒவ்வொருவருக்கும் வைத்திருக்கும் திட்டத்தை அறிந்து பயணத்தை மேற்கொள்ள அழைப்பு விடுக்கிறார் ஆசிரியர் திரு. ஜானி ரமேஷ்.

மேலும் கிறிஸ்தவ திருமறையான விவிலியத்தை நுண்ணோக்கியப் பார்வையுடன் (microscopic view) கூர்ந்து பார்த்து, பேதுருவைப் பற்றிய நாம் அறியாத பல உண்மைகளையும் அலசி, ஆராய்ந்து, வரிசைப் படுத்தி வரைந்திருப்பது ஆசிரியரின் ஆர்வத்திற்கும், திருமறையின் மீது கொண்டுள்ள பற்றுக்கும், பேதுருவின் வாழ்க்கையில் மாற்றத்தைக் கொண்டு வந்த இயேசுவின் மேல் கொண்டுள்ள பற்றுறுதிக்கும் சான்றாய் அமைந்துள்ளது. பேதுருவின் வாழ்க்கையில் நடைபெற்ற நிகழ்வுகளை இவ்வாசிரியர் தொகுத்து வழங்கும்போது, தாம் நேரில் பார்த்தது போல் வரைந்து, ஒவ்வொரு குறிப்பையும் விட்டுவிடாமல் பதிவு செய்திருப்பது பாராட்டுக்குரியது. உதாரணமாக லூக்கா 5:3-இல் பேதுருவுடன் முதல் சந்திப்பில் அவரின் படகை ‘கரையிலிருந்து சற்றே தள்ளும்படிக்’ கேட்டுக்கொண்டதற்கு ஆசிரியர் தரும் விளக்கம் கிறிஸ்தவ வாழ்க்கையில் சில பழக்க வழக்கங்களில் அடிமைப் பட்டு கறையிலே தங்கியிருப்பதிலிருந்து விலகிச் செல்ல வேண்டும் என்பது எவ்வளவு பொருத்தமானது!

ஆசிரியரின் திருமறை அறிவு வேத ஞானம், மொழி ஆராய்ச்சி, ஆகியவை வியத்தகு விதத்தில் வெளிப்படையாகத் தெரிகிறது. உதாரணமாக யோவான் 1:42-இல் வரும் கல், கற்பாறை என பொருள்படும் அரமேய பதம் ‘கேபா’ என்பது, கிரேக்க பதம் ‘பெட்ராஸ்’ (petras) என்ற ஆண்பால் என்றும், அதே மத்தேயு 16:18-இல் வரும் ‘கல்’ என்பதற்கான கிரேக்க பதம் ‘பெட்ரா’ (petra) என்ற பெண்பால் என்னும் வித்தியாரத்தைக் காட்டி ஒரு மேலான உண்மையையும் விளக்குகிறார். அதாவது இந்தக் கல்லின் மேல் என் சபையைக் கட்டுவேன் என

இயேசு குறிப்பிடும்போது பயன்படுத்திய பெண்பால் 'பெட்ரா' என்ற கிரேக்கப் பதம் திருச்சபை என்கிற மணவாட்டியை குறிப்பிடக் கூடுமே தவிர ஒரு தனிமனிதனை (பேதுரு) குறிப்பிடாது என சுட்டிக் காட்டுகிறார். இதன் மூலம் சில சபைப் பிரிவினர் கருதுகிறபடி 'பேதுரு' என்கிற தனிமனிதன் மீது திருச்சபைக் கட்டப்படவில்லை என்பதை சொல்லாமல் சொல்லி, ஊழியக்காரர் என தங்களை மட்டுமே உயர்த்திக் காட்டி மக்களும் தங்களை உயர்த்திப்பிடிக்க வேண்டும் என எதிர்பார்க்கும் மனிதர்களை சாடுவது போல் அமைந்துள்ளது.

அடுத்தபடியாக, லூக்கா 5-இல் பேதுருவுக்கு ஏற்பட்ட பிரமிப்பு, வெறும் அதிக மீன்களைப் பிடித்ததினால் மட்டுமல்ல, அப்படியெனில் 6-ம் வசனத்திற்கு பின் பிரமிப்பை, ஆச்சரியத்தைப் பற்றிய 9-ம் வசனம் 9-ம் வசனமாக வந்திருக்க வேண்டும். ஆனால் இது 9-ம் வசனத்தில் 8-ம் வசனத்தின் தொடர்ச்சியாக வருவதற்கு கவனம், இயேசுவின் பரிசுத்த பிரசன்னம் பேதுருவுக்கு குற்ற உணர்வை ஏற்படுத்தி, அவருடைய உள்ளத்தில் ஒரு தாக்கத்தை ஏற்படித்தியபடியினால், இயேசுவின் பாதத்தில் விழுந்து, 'ஆண்டவரே, நான் பாவியான மனுஷன், நீர் என்னைவிட்டுப் போக வேண்டும்' என்ற அறிக்கைக்குப் பின் ஏற்பட்ட வியப்புத்தான் 9-ம் வசனத்தில் வருகிறது. எனவே அதிக மீன், அதிக வருமானம் வரப்போகிறது என்ற பிரமிப்பு அல்ல. இயேசுவின் பரிசுத்த ஒளியில் தன் மீதிருந்த மாசு, பாவ அழுக்கை கண்டு, அறிக்கை செய்ய வைத்தது. அது தான் பேதுருவுக்கு ஏற்பட்ட வியப்பு என்பது ஆதாயத்திற்காக ஆண்டவரைப் பின்பற்ற பேதுரு வரவில்லை என்பதை தெளிவாக ஆசிரியர் எடுத்துக் காட்டியுள்ளார்.

இவர் இந்திய, குறிப்பாக தமிழ் இலக்கியங்களிலிருந்து மேற்கோள்களை எடுத்தியம்பி அதை கிறிஸ்துவுடன், கிறிஸ்தவக் கொள்கைகளுடன் பொருத்திக் காட்டுவது ஒரு தனிச் சிறப்பு. அத்துடன் பேதுருவின் வாழ்க்கையை மட்டும் அலசி ஆராய்வதுடன், அவர் தம் கடிதத்தில் வரைந்துள்ள பல கோட்பாடுகளுக்கு விளக்கம் கொடுத்திருப்பது பாராட்டுக்குரியது. இதிலிருந்து ஆசிரியர் எவ்வளவு ஆர்வத்துடன், இறையியல் நுணுக்கத்துடனும் எழுதியுள்ளார் என்பது தெளிவாய்த் தெரிகிறது.

இந்நூலை சாதாரண சபை மக்களும், அருளுரையாற்றுகிறவர்களும், அருட்பொழிவு பெற்ற ஆயர்களும் பயன்படுத்தி பேதுருவை இயேசுவானவர் கையாண்டது போல் அநேகரை அவர்களின் குறைகளை மட்டுமே பார்த்து, மிகைப்படுத்திப் பேசாமல் அவர்களை நல்வழிப்படுத்தி, இயேசுவின் தொண்டர்களாக மாற்ற இந்நூல் துண்டும் என்பதில் சந்தேகமில்லை.

படியுங்கள், பயன்படுத்துங்கள், பிறரை நல்வழிப் படுத்துங்கள்.

இப்படிக்கு,

கிறிஸ்துவின் அன்பில்,

B.J. பிரேமைய்யா

><}}}}*> 00000 <*{{{{><

பேராசிரியர் முனைவர் யா.தா. பாசுகரதாசு,
மேனாள் கல்லூரித் துணை முதல்வர்,
அன்னை வயலெட் கலை, அறிவியல் கல்லூரி, சென்னை.
மேனாள் மேலாண் அறங்காவலர், NILT, சென்னை.
அறங்காவலர், கிறித்தவ ஆய்வு ஆவணப்படுத்து மையம், சென்னை.

அணிந்துரை

கிறித்தவ திரைப்பட இயக்குநர் தம்பி ஜே. இரமேசு அவர்கள் தம் கைவண்ணத்தால் "பேதுருவின் படகு" ஒன்றினைச் செப்பமுறச் சமைத்திருக்கிறார். நற்செய்திப் படங்களை உருக்கொடுத்து, திரைக்கதை, உரையாடல், பாடல், இசை முதலிய துறைகளில் துறைபோகியவர். கிறித்தவ இறையியல் கற்றதோடு திருச்சபையின் குருவாகவும் அருட்பொழிவு பெற்றவர். ஏறத்தாழ நூறு குறும்படங்களை எழுதி இயக்கியவர்.

இந்திய மக்களுக்கு இந்தியப் பண்பாடு, இறை நம்பிக்கை, இந்திய வேதங்கள், இலக்கியங்கள், சித்தர் கருத்தியல் நூல்கள் முதலிய பின்புலத்தில் இந்தியனுக்கு இந்தியனாக எங்ஙனம் நற்செய்தி அறிவிக்க வேண்டும் என்னும் கருத்தரங்கங்களில் பல நூறு மாணாக்கருக்குக் கற்பித்து உருவாக்கியவர். பழகுவதற்கு இனிய கெழுதகை நண்பர். இந்தியாவிலும் வெளிநாட்டிலும் நடைபெற்ற கருத்தரங்குகள் பலவற்றில் என்னோடு பயணித்து உரைகள் பல நிகழ்த்தியவர். திருமறை, நற்செய்தி, திரைப்படம், கவிதை சார்ந்த நூல்கள் பலவற்றை ஆக்கியவர்.

அண்மையில் அவர் எழுதிய ஆய்வுசார்ந்த நற்செய்தி நூலாகிய 'பேதுருவின் படகு' என்னும் இந்நூலுக்கு அணிந்துரை வழங்க அன்போடு என்னை பணித்தமைக்கு அவருக்கு நன்றியைத் தெரிவித்து மகிழ்கிறேன். இவருடைய படைப்பைப் பாராட்டி என்

மனமார்ந்த வாழ்த்துகளைத் தெரிவித்துக் கொள்கிறேன்.

பேதுருவைத் தேர்ந்தெடுக்காமல் பேதுருவின் படகை ஏன் தேர்ந்தெடுத்தார்?

'பேதுருவின் படகு' என்பது நூலின் தலைப்பு. குறும்படங்கள் பலவற்றை எழுதி இயக்கிய திரு. இரமேசு, இந்நூலின் கதாநாயகனாகத் தெரிவு செய்வது யாரை? அல்லது எதனை? நூலின் கண் நீக்கமற நிறைந்திருக்கும் செய்திகள் பேதுருவைப் பற்றியவைதாம்! எனினும் அவர் படகினைத் தேர்ந்தெடுத்திருப்பதன் மறைபொருள் என்ன?

இரமேசு ஒரு சிற்பி. எனவே பேதுருவின் படகின் மேல் அவரது கவனம் சென்றிருப்பதில் வியப்பேதுமில்லை. அப்படகினைப் பேதுருவே செய்திருக்கலாம், அல்லது பணம் கொடுத்து வாங்கியிருக்கலாம். அது அவரது வாழ்வாதாரம், மீன்படித் தொழிலுக்கு ஆதாரம். தன்னையும் தன் குடும்பத்தையும் உண்பிப்பதற்குரிய மூலதனம். இயேசுவின் மாணாக்கரில் பேதுரு மூத்தவர். அப்படியென்றால் எத்தனை ஆண்டுக்காலம் அப்படகு அவருக்கும், அவர்தம் குடும்பத்திற்கும் பணத்தையும் உணவையும் ஈட்டிக் கொடுத்திருக்க வேண்டும்? படகிற்குச் சொந்தக்காரர் என்றால் சற்றுச் செல்வாக்குப் பெற்றவராகவும் முதலாளியாகவும் இருந்திருக்கலாம். கலிலேயக் கடல் அவரது மீன்படித் தொழிலுக்கு உகந்த ஒன்றாகத் திகழ்ந்திருக்கிறது. நாடோறும் அப்படகில் கலிலேயக் கடலுக்குள் சென்று திரும்பும் போதெல்லாம் அப்படகு ஏராளமான மீன்களையும், துணையாளரையும், மீன்படி வலையையும் சுமந்து சென்றிருக்கிறது.

இந்தப் படகைக் குறித்து நூலின் தொடக்கத்தில் ஆசிரியர் உரையில் தெளிவுபடுத்தி விடுகிறார். "நம்மிடம் உள்ள படகு என்ன? அல்லது எனக்குத் தேவையான படகு எது? என்பதை நாம் உணர்ந்துள்ளோமா? கடவுள் நம்மிடம் எதிர்பார்க்கும் படகு எது என்று அறிந்துள்ளோமா? அறிய வேண்டி முற்பட்டுள்ளோமா? அதற்கு நம்மை நாமே நிச்சயம் சோதித்தறியவும், அவருக்கு நம்மைத் தகுதிப் படுத்திக் கொள்ளவும்தான் இந்தப் பேதுருவின் படகு"

என்று குறிப்பிடுகிறார். பேதுரு இயேசுவைப் பின்பற்றும் போது தம் படகாகிய வாழ்வாதாரத்தையும் தம்மையும் முற்றிலுமாக அர்ப்பணித்தது போல நாம் ஒவ்வொருவரும் அர்ப்பணிக்க வேண்டும், அப்படி அர்ப்பணிக்கின்ற போது "ஆடுகளை மேய்க்கின்ற மேய்ப்பனாகவும் திருச்சபை கட்டி எழுப்பப்படப் பயன்படும் கல்லாகிய அடித்தளமாகவும் திகழமுடியும்" என்பது இந்நூலின் சராமாக அமைந்துள்ளது.

பேதுருவின் படகு:

பேதுருவின் படகைக் குறித்த சிறப்பான செய்திகள் சிலவற்றை நூலாசிரியர் குறிப்பிடுகிறார்.

1. இயேசுவால் தெரிந்து கொள்ளப்பட்டது பேதுருவின் படகு. பிற படகுகளுக்கு அவ்வாய்ப்புக் கிட்டவில்லை.
2. இயேசு அமர்ந்து அங்கிருந்த மக்களுக்குப் போதிப்பதற்குப் பயன்பட்டது. இயேசுவின் நற்செய்தி அறிவித்த பீடம் அது.
3. அற்புதங்கள் நடப்பதற்குப் பயன்பட்ட படகு அது. கடலில் பேதுரு நடப்பதற்கு இப்படகு பயன்பட்டுள்ளது. ஒன்றும் அகப்படாத நிலையில் ஏராளமான மீன்கள் இயேசுவால் அகப்பட்டன. அற்புதப் படகு அது.
4. தன்னைப் பின்பற்ற இயேசு சொன்னபோது, பேதுருவால் கைவிடப்பட்ட படகு அது.
5. இயேசுவின் இறப்பிற்குப் பின்னர் மறுபடியும் மீன்பிடிப்பதற்குப் பேதுருவைப் பின்மாற்றம் செய்யக் காரணமாயிருந்தது அப்படகு,
6. உயிர்த்தெழுந்த இயேசு பேதுருவுக்குக் கடலருகே காட்சியளித்த போது, பின்மாற்றத்திலிருந்து விடுபட்டு, இயேசுவின் அருட்பணியைத் தொடர்ந்து செய்வதற்கு மறுபடியும் பேதுருவால் கைவிடப்பட்ட படகு.

பேதுருவின் இயற்கைத் தொழில் மீன்படிப்பது. மீன் பிடிப்பதை விட்டுவிட்டு மனிதரைப் பிடிக்கும் தொழிலுக்கு இயேசுவால் தெரிந்து கொள்ளப்பட்ட பேதுரு, மனிதரைப் பிடிப்பதைக் கைவிட்டு மறுபடியும் மீன்பிடிக்க எத்தனித்த அவரை இயேசு காட்சியருளி, 'ஆடு மேய்க்கும்' தொழிலைச் செய்யும்படி அருள்

பாலித்தார். கர்த்தர் நிமித்தம் தன் உற்றாரையும் தன்னையும் தன் வாழ்வாதாரத்தையும் வெறுத்து விடுகிறவனுக்கு நீடுவாழ்வு அருளப்படுகிறது என்பதைப் ‘பேதுருவின் படகு’ பேசிக் கொண்டிருக்கிறது. இச்செய்தியை இந்நூல் முழுக்கப் பல்வேறு கோணங்களில் திரு. இரமேசு படம்பித்துக் காட்டுகிறார்.

கி.பி. நாற்பதிலிருந்த படகு ஒன்று கலிலேயக் கடலின் வடமேற்குப் பகுதியில் 27 அடி நீளமும் 7 அடி அகலமும் 5 அடி உயரமும் கொண்ட மீன்பிடிப் படகு, கி.பி. 1986 ஆம் ஆண்டில் கண்டுபிடிக்கப் பட்டதென்றும் தற்போது அது கிப்பூஸ் கினோசார் என்னும் நாட்டில் ‘ஆலோன்’ என்னும் அருங்காட்சியகத்தில் வைக்கப்பட்டுள்ளதென்றும் அது பேதுருவின் படகு என்றும் ஆய்வாளரர்கள் தெரிவிப்பதாகப் புதியதொரு செய்தியை இந்நூலாசிரியர் தருகிறார். இதன்வழிப் புதிய ஏற்பாட்டில் நற்செய்தி நூல்களில் கூறப்பட்டுள்ள இயேசுவைச் சார்ந்த செய்திகள் உண்மை நிகழ்வுகள் என மெய்ப்பிக்கப்படுகின்றன.

இந்நூலில் ஆசிரியர் உரையைத் தவிர்த்துப் பதினைந்து தலைப்புகளில் கட்டுரைகள் வரையப்பட்டுள்ளன. இந்தத் தலைப்புகளெல்லாம் நற்செய்தி நூல்களில் பேதுருவுடன் இயேசுவைத் தொடர்புப்படுத்திய நிகழ்வுகளைச் சார்ந்தவை. அவற்றுள் ‘எந்தக் கல்லின் மேல் சபை?’, ‘பேதுருவும் கற்களும்’, ‘கிறிஸ்து வரி கட்டினாரா?’, ‘என்னை நேசிக்கின்றாயா?’ முதலிய தலைப்புகள் நம் கருத்தை அதிகம் கவர்கின்றன. ஓத்துவாக்கிய அகராதியைப் பயன்படுத்திப் பேதுரு எங்கெல்லாம் வருகிறார் என்று தேடிக்கொண்டிருக்கும் முயற்சியை இந்நூல் நீக்கியிருக்கிறதெனலாம்.

பேதுருவைப் பற்றி நூலாசிரியர்:

நற்செய்தி நூல்கள் தாம் பேதுருவைப் பற்றி பல நிகழ்வுகளையும் அவர் இயேசுவுக்கு அணுக்கமானவராகவும் ஆழ்ந்த பற்றுடையவராகவும் தூய ஆவியாரின் அருட்பொழிவுக்குப் பின் அவராற்றிய அருஞ் செயல்களையும்

அருட்பணிகளையும் பதிவு செய்துள்ளன. நற்செய்தி நூல்களில் குறிக்கப்படாத செய்திகளில் சிலவற்றைக் கூட ஆசிரியர் ஆங்காங்கே தொட்டுக் காட்டியுள்ளார்.

மீன்படித் தொழிலில் ஆழங்கண்டவர் பேதுரு. தமது வளர்ப்புத் தந்தை யோசேப்பின் தச்சுத் தொழிலைச் செய்து வந்தவர் இயேசு. இராமுழுவதும் முயன்றும் மீன் ஒன்றும் அகப்படாத பேதுருவுக்கு வலை கிழியத்தக்க அளவிற்கு மீன்பிடித்துக் கொடுத்தவர் இயேசு. இயேசுவுக்கு மீன் பிடிக்கவும் தெரியும் என்பதை தம் நூலில் சுட்டிக் காட்டுகிறார். வலைபோட்டும் மீன் பிடிக்கலாம், தூண்டில் போட்டும் மீன்பிடிக்கலாம். வரிப்பணம் செலுத்துவதற்குத் தூண்டில் போட்டுக் காசு பெறச் செய்தவர் இயேசு. தூண்டில் போட்டு மீன்படிப்பதற்கும், வலை வீசி மீன்பிடிப்பதற்கும் உள்ள வேறுபாட்டை நுட்பமாக வேறுபடுத்திக் காட்டும் ஆசிரியரின் நுண்மதி நம் கவனத்தை ஈர்க்கிறது.

அந்திரேயாதான் தன் சகோதரனாகிய பேதுருவை இயேசுவிடம் அழைத்து வந்தார். இயேசுவிடம் ஆற்றுப் படுத்திய அந்திரேயாவை விடப் பேதுரு இயேசுவிடம் பெற்ற பங்கும் பரிசும் பணியும் ஏராளம். இந்த இடத்தில் பில்லிகிரகாமை இயேசுவிடம் ஆற்றுப்படுத்திய ‘மொர்தேகாய் ஹாம்’ என்பவரை இணைத்துக் காட்டும் பாங்கு சிறப்பிற்குரியது.

பேதுருவைப் பற்றிய ஏழு உண்மைகளாக, அவர் பெத்சாயிதா ஊரார், கப்பர் நகூமில் வாழ்ந்தவர், திருமணமானவர், யோவான், யாக்கோபு ஆகியோரின் கூட்டாளி, உவமையை விளக்கும்படி இயேசுவிடம் கேட்டவர், எத்தனை முறை மன்னிக்க வேண்டும் என்று கேட்டவர், இயேசுவைப் பின்பற்றினால் என்ன கிடைக்குமென்று கேட்டவர் - எனப் பட்டியலிடுவதன் வாயிலாக, ஏறத்தாழப் பேதுரு யார், எப்படிப்பட்டவர், இயேசுவோடு அவருக்கிருந்த உறவு போன்ற பறவைப் பார்வையான செய்திகளை நூலின் தொடக்கத்திலேயே அறிமுகப்படுத்துவது நல்லதோர் உத்தியாகும்.

மூல மொழியிலுள்ள சொற்கள் சிலவற்றுக்கு நூலாசிரியர் விளக்கங்கள் தருவது கருதத்தக்கன. எடுத்துக் காட்டாக, ‘பெட்ரோஸ்’ என்னும் பெயர்

விளக்கம். கிரேக்கத்தில் 'பெட்ரோ'' என்பது ஆண்பால் - சிறிய கல் என்று பொருள்படும். இயேசு பேதுருவுக்கு 'கேபா' எனப் பெயர் சூட்டினார். கற்பாறை என்பது அதன் பொருள். ஆனால் 'பெட்ரா' என்பது பெண்பாலைக் குறிக்கும். ஆகவே, 'பெட்ரா' என்பது திருச்சபையைத் தானே குறிக்கிறது என்று இவர் நுட்பமாக விளக்கியிருப்பது பாராட்டுக்குரியது. இயேசு பெருமான் மூலைக்கல்லாக உருவகப்படுத்துப் பட்டுள்ளார். திருச்சபையின் கால்கோளாகப் பேதுருவாகிய கல்லும், மூலைக் கல்லாக இயேசுவும் கட்டியெழுப்பப்படும் மாளிகைக்கு இசைவான கற்களாக மீட்கப்பட்ட மக்களும் திகழுகின்ற பாங்கினை நூலாசிரியர் விளக்கியிருப்பது அன்னாரின் இறையியல் அறிவைப் புலப்படுத்துகிறது. 'பேதுருவும் கற்களும்' என்னும் தலைப்பில் அவர் கூறுகின்ற பேருண்மைகள் சிறப்பிற்குரியன.

மாற்குத் தம் நற்செய்தி நூலை எழுதுவதற்குத் துணை நின்றவர் பேதுரு என்பதைப் புலப்படுத்தும் ஆசிரியரின் தகவல் பயனுடையதாகும். மாற்கு நற்செய்தி நூலே நற்செய்தி நூல்களில் முதலாவது எழுதப்பட்டதெனக் கருதப்படுகிறது. மாற்குவின் மறுபெயர் யோவான் என்பதையும் ஆசிரியர் எடுத்துரைக்கிறார். பவுலின் ஊழியத்தில் அவருக்குப் பயனுடையவராக இருந்தவர் மாற்கு.

சிறைச்சாலையில் பேதுரு பெற்ற பட்டறிவை விளக்கிக் கூறும் ஆசிரியர் பேதுருவின் முதலிரண்டு கைதான அனுபவங்கள், இந்திய இலக்கியம் அறிவுறுத்துவது என்ன?, பேதுருவின் படகு, விசுவாத்தைக் குறித்துப் பேதுரு, தெரிந்து கொள்ளப்பட்டவர் யார் யார்? எதற்கு?, கிறித்துவுக்குள் பேதுருவின் படகு என்னும் தலைப்புகளில் குறிப்பிட்டுக் காட்டுகிறார். இப்பகுதியில் திருமூலரின் பாடலொன்றை எடுத்துக் காட்டிக் குருவை மையமாகக் கொண்டோரின் ஆன்மீக வாழ்க்கை எத்தகையதென விளக்கிக் காட்டியிருப்பது நூலின் சிறப்பை ஒருபடி உயர்த்திக் காட்டுகிறதெனலாம்.

பேதுருவின் மூன்று பட்டயங்கள் நம் கருத்தைக் கவர்கின்றன. வன்முறை, துக்கம், சத்தியம், என்பன அவை. வன்முறை: கர்த்தர் வைத்துக் கொள்ளச்

சொன்ன பட்டயம் அதுவன்று என்று குறிப்பிட்டுவிட்டு, 'பிதா எனக்குக் கொடுத்த பாத்திரத்தில் நான் பானம் பண்ணாதிருப்பேனோ?' என அதற்குப் பதிலையும் தருகிறார். 'துக்கம் என்னும் பட்டயத்தையும் கர்த்தர் கொடுக்கவில்லை' எனக் குறிப்பிட்டுவிட்டு, 'தனக்குச் சொன்ன வார்த்தையைப் பேதுரு நினைவுகூர்ந்து அழுதான்' என விளக்கி, "பேதுரு வைத்திருந்த பட்டயம் அவர் மனங்கசந்து அழுததில் மாறிப்போனது', மாறாத ஒரு பட்டயம் தூக்கு மரத்தில் இறந்து விட்டது' எனவும், 'மீதமுள்ள பத்துப் பட்டயங்களும் சிதறிப் போயின, பேதுருவின் பட்டயமே ஆதித் திருச்சபைக்கு அடித்தளமாகி இன்றுவரை நமக்குப் பாடம் சொல்கிறது" என எழுதிக் காட்டும் முறைமையில் நாம் கற்றுக்கொள்ள வேண்டிய புதுமைகள் உள்ளன.

'பேதுருவின் அன்பு விசாரிக்கப்பட்டது' என்னும் பகுதியில்:

எனக்கு ஊழியம் செய்வாயா? எனக்காகத் துன்பங்களை ஏற்பாயா? என்னில் அன்புகூருகிறாயா? – பேதுருவின் ஐயத்தை உறுதிப்படுத்தினார். இங்ஙனம் விளக்கும் பகுதியில், கர்த்தரின் கோபத்தையும் மனிதரின் கோபத்தையும் பக்கம்பக்கம் வைத்து விளக்கும் பகுதி சிறப்புக்குரியது (ப.79).

பேதுருவும் பவுலும்:

நமது கருத்தினைக் கவரும் மற்றுமொரு தலைப்பு, 'பேதுருவும் பவுலும்' என்பதாகும். அந்திரேயாவின் வழியாக இயேசுவால் தெரிந்துகொள்ளப்பட்ட மாணாக்கர் பேதுரு. இயேசுவின் நற்செய்திப் பணிக்காலத்தில் அவரோடு நேரடியாகப் பயணித்தவர். கேபா என்று பெயர் மாற்றம் பெற்றவர். 'கடவுளின் திருமைந்தராகிய கிறித்து' என்று இயேசுவை அடையாளம் கண்டவர். இன்னும் ஆயிரக் கணக்கான யூதரையும் பிறவினத்தாரையும் இயேசுவுக்காக ஆதாயப்படுத்திய பல செய்திகள் இந்நூலில் இடம் பெற்றுள்ளன.

பேதுருவைப் போலன்றிப் பவுல் கிறித்துவுக்கு எதிர்த்து நின்று திருச்சபையைத் துன்புறுத்தியவர்.

தேவானைக் கொலை செய்வதற்கு உறுதுணையாக நின்ற சவுலை, திருச்சபையைத் துன்புறுத்துவதற்காக வெறியோடு பயணித்த சவுலைத் தடுத்தாட்கொண்ட அவரையும் இயேசுவால் தம் மாணாக்கராக நிலைவரப் படுத்தப்பட்டவர். கலிலேயக் கடற்கரையோரமுள்ள வடபகுதியில் பிறந்து வளர்ந்து வந்த மீனவராகிய பேதுரு பேரளவில் கல்வி பெறாதவர். ஆனால் துருக்கிப் பகுதியில் உரோமக் குடிமகனாக உரிமை பெற்றிருந்த பவுல் நன்கு கற்றவர், கமாலியேல் என்ற யுதக் குருவிடம் கல்வி பயின்ற பண்டிதர். புதிய ஏற்பாட்டில் இடம்பெற்றுள்ள பதிமூன்று மடல்களை எழுதிக் கிறித்தியல் கருத்து முறைக்கும் இறையியலுக்கும் வித்திட்ட வித்தகர். இசுரயேலர் அல்லாத பிறஇனத்தவருக்கு அருட்செய்தி அறிவிப்பதற்காக இயேசுவால் அருட்பொழிவு பெற்ற அருளாளர்.

இவ்விருவரும் எதிரும் புதிருமானவர் அல்லர். ‘பிற இனத்தவருடன் அமர்ந்து உணவுண்ட பேதுரு, யுதர் அங்கு வருவதைக் கண்டதும் விலகிச் சென்றதால் பிறஇனத்து விசுவாசிகளுக்குத் தவறான பாடங் கற்பித்ததால் பவுலால் பேதுரு கடிந்து கொள்ளப்பட்டார். அந்தியோகியாவில் நடந்த இந்த முரண்பட்ட நிகழ்வைக் குறித்து எழுதும் நூலாசிரியர், “பேதுரு பவுலிடையே முரண்பாட்டை ஏற்படுத்தின நிகழ்வு நமக்குக் கற்பிக்கும் பாடம் என்ன?

1கொரிந்தியர் 10:12 தன்னை நிற்கிறவன் என்று எண்ணுகிறவன் விழாதபடிக்கு எச்சரிக்கையாயிருக்கக் கடவன் என்ற பவுலின் வசனமே. அந்தியோகியாவில் நடந்த இக்கருத்து வேற்றுமையின் நிகழ்வின் அடிப்படையில் பேதுரு தமது மடலில் இவற்றை எழுதியுள்ளார் என்றும் சிந்திக்க வைக்கிறது” என எழுதிக் காட்டும் பகுதி சிறப்புடன் திகழ்கிறதென்க. அப்போத்தலர் 11:2இல் பிற இனத்தாருடன் உணவுண்டதைக் குறித்த பேதுருவின் விளக்கத்தையும் கடவுள் தமக்குப் பாடமாகக் கற்பித்த தரிசனத்தையும் அதன் வழி மூன்று முறை விளக்கப்பட்ட சத்தியத்தையும் ஆசிரியர் உரிய இடத்தில் வைத்துக் காட்டும் பகுதி சிறப்பிற்குரியது.

பேதுருவுக்கும் பவுலுக்கும் உள்ள ஒற்றுமை-வேற்றுமை எனத் தலைப்பிட்டுத் தனியாகவே ஆசிரியர் ஆய்வு செய்கிறார். இவ்விருவரைக் குறித்தும் ஆய்வாளர் ஹான்சு அசுவான் பெல்தசார் என்பவரின் ஆய்வுரையாக, "இருவருக்கும் உள்ள வேறுபாடு திருச்சபைத் தலைவருக்கும் வரமாய்ப் பெற்ற இறையியல் எழுத்தாளருக்குமான வேறுபாடே" என்று குறிப்பிட்டிருப்பதை மேற்கோளாகக் காட்டுவது சிறப்பிற்குரியது. இந்த இருவருக்கும் உரிய 'போதனையிலுள்ள வேற்றுமையையும் ஆசிரியர் குறிப்பிட்டுக் காட்டுகிறார். இசுரயேலும் அதன் தீர்க்கதரிசனமும் என்று எடுத்துக் கொண்டால், இசுரயேல் இன்னும் காத்துக் கொண்டிருக்கிறது, ஆனால் நம் தீர்க்கதரிசனங்கள் நிறைவேறிவிட்டன என்றார் பேதுரு (அப்போத்தலர் 2:16-17, 3:21, 24-26). பவுலோ, இசுரயேல் தள்ளுண்டு போனது (ரோமர் 3:10, 19, 11:11, 25, 16:25), ஆனால் தீர்க்கத்தரிசனங்கள் ஒத்திவைக்கப்பட்டுள்ளன என்றார் - என எடுத்தியம்பும் பகுதியைச் சுட்டிக்காட்டலாம். இன்னும் கருத்துகள் சிலவற்றையும் ஈண்டு எடுத்தாளுகிறார்.

நிறைவாக, பேதுருவையும் பவுலையும் பற்றி அறிமுகமாகச் சில கருத்துகள் இந்நூலில் இடம் பெறுகின்றன. அவற்றை இங்குக் குறிப்பிடுவது பொருத்தமுடையது. "இருவரும் முதலாம் நூற்றாண்டில் வாழ்ந்த சமகாலத்து யூதர்களாகவும், சட்டம், தீர்க்கதரிசிகள் மற்றும் யூதக் கோட்பாடுகளில் திளைத்திருந்தவர்கள். இருவரும் ஆவிக்குரிய பிடிவாத குணங்களைக் கொண்டவர்களாகவும், தைரியசாலிகளாகவும் நல்ல தலைமைத்துவம் கொண்டவர்களாகவும் திகழ்ந்தனர். சுயமாய்த் தொழில் செய்து வந்தவர்களாகவும் இருந்தனர். இருவரும் உரோமாபுரியல் நீரோ மன்னனின் காலத்தில் அவனால் இடுக்கண்களுக்குள்ளாகிக் கொல்லப்பட்டு இரத்தச் சாட்சிகளாக மாண்டவர்கள்" என வரும் பகுதி நம் மனங்கொளத் தக்க சான்றுரை ஆகும்.

விளக்கிக் காட்டும் முறை:

இவர் எடுத்துக் கொண்ட தலைப்பினை விளக்கிக் காட்டச் சில உத்திகளைக் கையாளுகிறார். முதலாவது, தலைப்புத் தொடர்பான நிகழ்ச்சி, எந்த

இடத்தில் திருமறையில் இடம் பெறுகிறது? – அந்த நிகழ்ச்சி நிகழந்த சூழல் - நிகழ்ச்சியைத் தொடர்ச்சியாகச் சொல்லுகின்ற பாங்கு!

சான்றாக:

“இயேசு கரையிலே நின்றார். அவரை இயேசு என்று அறியாதிருந்தார்கள். என் விரலைப் போட்டாலொழிய என்ற தோமாவும் அறியவில்லை. மரியாளைச் சேர்த்துக்கொண்ட யோவானும் அறியவில்லை. பிள்ளைகளே என்றார்..! உண்பதற்கு ஏதாகிலும் உங்களிடத்தில் உண்டா? அவர்கள் ஒன்றுமில்லை என்றார்கள்.” – பக்கம் 83

இது ஒரு படப்பிடிப்பு. இவர் ஓர் திரைப்பட இயக்குநர். எனவே அந்த உத்தியை உரைநடையிலும் கையாளுகிறார். இந்த உத்தி நூல் நெடுகிலும் பயன்படுத்தப்படுகிறது எனலாம். சில பகுதிகளைப் படிக்கும்பொழுது, நாமாகவே பொருளைக் கொண்டு கூட்டிப் புரிந்துகொள்ளச் செய்கிறார். துண்டு துண்டான தொடர்கள்.. தொக்கி நிற்கும் பொருண்மைகள். இதற்கு முந்தைய நூல்களில் சொன்ன பாங்கிலிருந்து இந்நூலில் சற்று மாறுபடுகிறார்.

‘கொண்டு கூட்டுப் பொருள்கோள்’ என்பது செய்யுள் ஒன்றைப் பொருள் விளக்கும் போது அச்செய்யுளில் சிதறிக் கிடக்கும் சொற்களைச் சரியாகப் பொருள் கொண்டு விளக்கும் வகையில் சிதறிய சொற்களைச் சரியான கருத்தாக்கி விளங்க வைப்பதாகும். அவ்வகையில், உரைநடை அமைதியில் எழுதப்படும் இந்நூலில், புதிய ஏற்பாட்டில் சிதறிக் கிடக்கும் தொடர்புடைய நிகழ்வுகளைப் பொறுக்கியெடுத்து ஓரிடத்தில் தொகுத்துக்காட்டும் முறை நன்றாக இந்நூலில் செய்யப்பட்டுள்ளது. நூலின் பலவிடங்களில் இதைக் காண முடிகிறது.

இலக்கியச் சான்றுரை:

திருவிவிலியம் தொடர்பான நூல் ‘பேதுருவின் படகு’ ஆகும். இதிலுள்ள நிகழ்வுகளையும் இறையுண்மைகளையும் விளக்கும் ஆசிரியர்

ஆங்காங்கே தமிழ் இலக்கியங்களில் உள்ள பாடல்கள் சிலவற்றைத் தொடர்புறுத்தி விளக்கிக் காட்டும் பகுதிகள் மிகச் சிறந்த இடத்தைப் பெறுகின்றன. இயேசுவை உயர்த்திக் காட்டும் போது, 'இயேசு போதுமே', என்றும் விவிலியத்தை விளக்கிக் காட்டும் போது, 'வேதம் போதுமே' 'பிறவெல்லாம் வேண்டாமே' என்ற கொள்கையுடைய கிறித்தவர் பெருகியுள்ள இக்காலத்தில், ஔவையார் பாடல், சித்தர் பாடல், சைவசித்தாந்தப் பாடல் போன்ற பல்வேறு தமிழிலக்கியப் பாடல்களை ஒப்புக் காட்டியதன் வழி, இயேசு பெருமான் கிறித்தவத் திருமறை மற்றும் கிறித்தவ இலக்கியங்களில் மட்டுமல்ல பிற சமய இலக்கியங்களிலும் சித்தர் மரபிலும் தனிப் பாடல்களிலும் மூலவராகத் திகழ்கிறார் என்பதை ஆசிரியர் விளக்கிக் காட்டுவது மிகவும் பாராட்டத்தக்கது. பிற சமய இலக்கியங்களில் இயேசுவைக் காண்பதற்குக் கண்களில் கூர்மையும்' மதியில் நுட்பமும் வேண்டும். இது மிகவும் வேண்டப்படுகின்ற நற்செய்தி அறிவிக்கும் முறையாகும்.

மொழிநடை:

"சொல்லில் உயர்வு தமிழ்ச் சொல்லே – அதைத்
தொழுது படித்திடடி பாப்பா" - பாரதியார்
"தனிமைச் சுவையுள்ள சொல்லை – எங்கள்
தமிழினும் வேறெங்கும்யாம் கண்டதில்லை"
- பாரதிதாசன்.

சீகன்பால்க், பெர்சிவல், பவர் போன்ற இறைபணியாளர் பலரின் திருமுறை மொழியாக்கங்கள் சீருற்ற தமிழாக்கங்களாக மொழியாக்கம் பெற்று நம் கைகளில் தவழ்கின்றன. செந்தமிழுக்கு சீருற்ற தமிழ்த் தொண்டு புரிந்து வருவோர் கிறித்தவர் என்பது நிலைநாட்டப்பட்ட பேருண்மையாகும். 'மணிப் பிரவாளம்' என்று சமற்கிருதத்தைத் தமிழுடன் கலந்து எழுதியும் பேசியும் வந்த தமிழ்ப் பகைவரைத் தனித்தமிழ் இயக்கம் கண்டு அவரைப் புறங்கண்ட நாடு நம் செந்தமிழ்நாடு. எல்லாக் கலைகளும் கைவரப் பெற்ற இரமேசுக்கு நல்ல தமிழில் நூல்கள் படைப்பது அரிதான செயலன்று.

வாழ்த்து:

‘பேதுருவின் படகு’ இறையியல் கலந்த பொதுமைச் சிந்தனை கொளுத்தும் நல்லதொரு படைப்பு ஆகும். நாள்தோறும் நமது தியானத்திற்குப் பயன்படுத்தத் தகுதியானதொரு துணை நூலாகும். ஆய்ந்து கற்கும் ஆய்வாளருக்கும் தகுதிவாய்ந்த கருவி நூலாகவும் கொள்ளலாம். இந்நூலை இவர் ஆக்குவதற்கு இவரது நுண்ணறிவோடு இறையியல் கல்வியும் கைகொடுத்துள்ளது. பல்வேறு திருக்கோவில்களில் இவர் செய்தியளித்து வரும் பட்டறிவும் இந்நூலில் வெளிப்படுகிறது. இந்நூல் எளிய நிலையில் புரிந்து கொள்ளும் வகையில் ஆக்கப் பெற்றுள்ளது. இன்னும் பலப்பல நூல்களை இவர் எழுதுவதற்கு இறையருள் இவருக்குக் கிடைக்கட்டும். திருப்பணியைக் கடந்து இவர் பணி அருட்பணியாக மிளிர்கிறது.

நற்செய்திப் பணிக்கு அர்ப்பணித்ததே ‘பேதுருவின் படகு’. அதுவே என் படகு. நம் ஒவ்வொருவரின் படகும் அதுதான். நூலாசிரியருக்கு எமது நல்வாழ்த்துகள்.

><}}}}*> 00000 <*{{{{><

அருள்திரு பேராயர், பேராசிரியர் முனைவர்
லா. ஜோசப் மோகன் குமார்
M.A., M.phil, B.C.S., B.D, M.Th., D.D., Ph.D.
BISHOP OF TAMILNADU AND PONDICHERRY DIOCESE
ANGLICAN CHURCH OF INDIA
தலைவர், பன்னாட்டு கிறித்தவ தமிழ்ச்சங்கம்,
சென்னை.

திகைப்புரை

நற்செய்தி இயக்குநரின் நம்பிக்கைப் படகு!
கிறித்தவ இறையியலை
இந்திய மெய்யியலோடு பிணைந்து..
கலாச்சார ரசவாதம் செய்யும் திரைச்சித்தர்
திரு. ஜானி ரமேஷ் அவர்கள்..
இந்த நூற்றாண்டின் இறையியல் இதயம்..
படியெடுக்கப்பட்ட பவுல்..!

அயல்நாட்டு மதமாக கிறித்தவம்
அச்சமுடன் பார்க்கப்படும்போது
அதை இந்திய வேதங்களுடன்
பொருத்திப் பார்க்கும் பூதக்கண்ணாடி
திரு. ஜானி ரமேஷ்!

நதிகள் வேறு; கடல் ஒன்று!
கிளைகள் வேறு; ஆணிவேர் ஒன்று!
விளக்குகள் வேறு; வெளிச்சம் ஒன்று!
வடிவங்கள் வேறு; வாழ்வு ஒன்று!
அவயவங்கள் வேறு; ஆற்றல் ஒன்று!
சமயங்கள் வேறு; சன்மார்க்கம் ஒன்று!
வேறுபாடு இல்லாத இந்த
வேத தத்துவத்தைத் தன்
விலாவில் சுமக்கும் திரு. ஜானி ரமேஷ்..
துப்பறிந்து அறிந்த துணைச் சமயக்கருவிதான்
இந்தப் பேதுருவின் படகு!

கடவுளின் அருளால்.. கருவி காவியமாகிறது!
கடவுளின் தீண்டுதலால்.. மனிதனும் கருவியாகிறான்;
மண்ணில் துறவியாகிறான்!

ஆண்டவனின் அருள்.. உயர்திணைகளுக்கு
மட்டும் அல்ல;
அஃறிணைகளுக்கும் வழங்கப்படுகிறது!

பொருளுக்கும் அருள் என்பது
இறையரசின் எல்லையில்லா செயல்!
இதைப் புரிந்துகொண்ட திரு.ஜானி ரமேஷ்
பொருளுக்குள் அருளைத் தேடுகிறார் ;
பொல்லாத இருளைச் சாடுகிறார்!
அந்த வகையில் இந்த ஆசிரியர்..
சொகுசுப் படகு அல்ல..
சுவிசேஷப் படகை அறிமுகம் செய்கிறார்;
இப்படகுப் பயணத்தின் மூலம்
பல பாடங்களை நடத்துகிறார்!

கிறித்தவ வாழ்வும்.. படகுப் பயணமும் ஒன்றுதான்;
இரண்டும் அவவ்வளவு எளிதல்ல..
காற்று.. திசை.. கட்டுமரம்.. கடும் உழைப்பு..
கைகளின் துடுப்பு.. மீன்களின் பிடிப்பு என..
அத்தனை ஆற்றலையும் அர்ப்பணிக்கும் ஓர்
சமயச் சாகசப் பயணம்!

இந்தப் பயணத்தின் பலநிலைப்படிகளைப்
பட்டியலிட்டு எது என்படகு என்று..
விசுவாசக் கேள்வி கேட்கும் திரு. ஜானி ரமேஷ்..
நம் அனைவரையும்
அடுத்த ஆன்மீகக் கரைக்கு
அழைத்துச் செல்கிறார்;
பயணத்தின் நோக்கத்தை..
படகின் மூலம் சொல்கிறார்!

இந்திய மெய்யியலின் ஏற்றங்கால் திரு. ஜானி ரமேஷ்
அனைத்திலும் அன்புடன் அடம்பிடிப்பவர் மட்டுமல்ல
உலக இறையாண்மை.. ஒற்றுமைத் தேரின்
வடம் பிடிப்பவர்!

கடவுள் என்ற கடலின் ஆழம்
அறியாதவர்களுக்கு இந்தப் படகுப் பயணம்..
உதவி செய்யும்; உயிர் உய்யும்!

வாழ்த்துகளுடன்..
சிலுவைச் சித்தர். பேராயர். ஜோசப் மோகன்குமார்

><}}}}*> 00000 <*{{{{><

பகவன் என்றால் பகுக்கப்பட்ட அவன் என்று பொருள். திருவள்ளுவர் தமது முதல் திருக்குறளில் கடவுள் வாழ்த்தில் பாடியதில் ஆதிபகவன் என்றே குறிப்பிடுவதைக் காணலாம். பகுக்கப்பட்ட அவனாகிய கடவுள் எவ்விதமாக பகுக்கப்படுகிறார் என்றால் மூவொரு நிலையில் பகுக்கப்பட்டு இருக்கிறார். அதைத்தான் மூவொரு நிலை அல்லது ஒன்றில் மூன்றானவன் என்றும், மூன்றில் ஒன்றானவன் என்றும், ஆக்கல் அழித்தல் காத்தலுக்கான மூன்று செயல்பாடுகளைக் கொண்ட முழுமுதற் கடவுளைக் குறிப்பதாகும். கடவுள் என்பதற்கு, அனைத்தையும் கடந்து உள் இருப்பவர் என்றும் பொருள் விளங்கும்.

கிறித்தவத்தில் மூவொரு நிலை என்பது திரித்துவம் அல்லது திரியேகம் என்று சொல்லப்படுகிறது. திரி என்பது மூன்று, ஏகம் என்பது ஒன்று. (மூவொரு என்றால் மூன்று ஒன்று). திரியேகம் என்றால் மூவராகி ஒன்றித்து இருக்கும் கடவுள். அதாவது தந்தை மகன் தூயஆவி.

இப்படி மூவொரு கடவுளாகப் பகுக்கப்பட்டிருக்கும் பகவனைக் குறித்து அறியும் அறிவிற்கே பகுத்தறிவு அவசியமாகிறது. பகுத்து அறியும் அறிவு என்பதே பகுத்தறிவு. உண்மை பொய்மை என்பதைப் பகுக்கப்படுவதற்குத் தேவையான இந்தப் பகுத்தறிவிற்கு மற்றுமொரு பெயர்தான் ஆன்மீக அறிவு. ஆன்மீகம் என்றாலே ஆன்மா சம்பந்தப்பட்டது என்று கொளல் வேண்டும். ஆன்மீக அறிவிற்கு மற்றுமொரு பெயர்தான் ஆவிக்குரிய அறிவு.

பகுத்தறிவு என்பது நாத்திகக் கோட்பாட்டிற்குப் பிரயோகப்படுத்தும் சொல்லாக மாறியிருப்பதை நாம் சிந்திக்க வேண்டும். கடவுள் இல்லை என்பதையே நாத்திகச் சிந்தனையான பகுத்தறிவு என்று சொல்வதை நாம் காண்கிறோம்.

முதலில் இல்லை என்ற சொல்லுக்கு ஆழமான பொருள் என்ன என்பதை நாம் அறிய முற்பட வேண்டும். இல்லை என்றால் இதற்கு முன்பு இருந்தது ஆனால் இப்பொழுது இல்லை என்றே பொருள் படும். உதாரணமாக நாம் ஒரு பொருளை இல்லை என்று சொல்கிறோம் என்றால் அந்தப் பொருளை நாம்

ஏற்கனவே கண்டிருந்தால் மட்டுமே அதனை இல்லை என்று சொல்லலாம். அதே போல ஒரு பொருளை தேடுவதும், இதற்கு முன்பு வைத்திருந்த இடத்திலோ அல்லது, நம்மிடமிருந்ததை தற்போது காணவில்லை எனும் போதே அதனைத் தேடுவோம். ஒன்றைத் தேடிப்பார்க்காமலேயே இல்லை என்று சொல்வது பகுத்தறிவு அல்ல, அது அறியாமை என்பதே ஆன்மீகச் சான்றோரின் வாக்கு.

தேடிப்பாருங்கள், அழைத்துப் பாருங்கள் என்பதற்கு பெயரே நற்செய்தி அல்லது சுவிசேஷமாகும். (சுவிசேஷம் எனும் சம்ஸ்கிருத சொல்லில் சு என்றால் நல்ல. விசேஷம் என்றால் செய்தி). உருவமில்லா கடவுளை ஆராய்ந்து பார்க்கக் கண்கள் பயன்படாது அதற்கு ஆன்மா அவசியம். ஆன்மாவின் மூலமாக ஆராய்ந்து பார்க்காமல் புத்தக அறிவில் அறிந்து அதனைப் பகுத்தறிவு என்றுச் சொல்லி, கடவுள் இல்லை என்று சொல்வதை ஏற்றுக் கொள்ள நமக்குக் கடினமாக இருக்கிறது.

இல்லாத ஒன்றை இல்லை என்று எப்படி அறிய முடியும் என்பதே கேள்வி. இல்லாத ஒன்றை எப்படிப் பகுத்து அறிவது என்பதே சிந்திக்க வேண்டியதாய் இருக்கிறது. ஒரு வழக்கில் கூட இல்லை என்பதற்கு சாட்சிகளை விசாரிப்பதில்லை. உண்மை, நடந்தது, கண்டது, அறிந்தது, போன்றவற்றை நிரூபிக்க அல்லது வெளிப்படுத்த, அறிக்கையிட சாட்சிகளை அழைக்கின்றதை நாம் அறிவோம்.

இல்லை என்பதை ஆராய்ச்சி செய்ய முடியாது. இருப்பதை மட்டுமே ஆராய்ந்து அறிய முடியும். இல்லை என்று சொல்வது ஆராய்ச்சி அல்ல அது சுயகருத்து. தனி நபர் சம்பந்தப்பட்டது. இருக்கிறதை சொல்வது அறிவிப்பு மட்டுமல்ல அனுபவமும் கூட. ஆகையால், ஒன்று இல்லை என்பதைச் சொல்வதற்கு ஒருவர் தேவையில்லை. இருப்பதை சொல்வதற்கே ஒருவர் தேவைப்படுகிறார்.

நற்செய்தியும் அவ்விதமாகவே அறிவிக்கப்படுகிறது. சத்தியம் என்று ஒன்று தான் இருக்க முடியும். அந்தச் சத்தியம் என்பதே கடவுள். அந்தக் கடவுளை அறிய ஆன்மா (ஆத்துமா) அவசியமாகிறது. ஆகையால்

கடவுளை அறிய நமக்குத் தேவையான அறிவே ஆன்மீக அறிவு. அந்த அறிவே பகுத்தறிவு ஆகும்.

நீர் கடவுளின் குமாரனாகிய கிறிஸ்து என்று பகுத்தறிந்து பதில் அளித்தவர் பேதுரு. பிதாவாகிய கடவுளின் ஒரேபேறான குமாரனாக இருந்தும், மனுஷகுமாரனாய் அவதரித்த இயேசுவே கிறிஸ்து என்பதை அறிந்து சொல்லப்பட்ட பேதுருவின் பதில்.

பேதுரு ஒரு பேச்சாளர். நிறையப் பேசியவர், பின்னாளில் எங்கும் நிறைவாய்ப் பேசியவர். துணிந்து பேசியவர், துணிவுடனும் பேசியவர். அப்போஸ்தலர் நடபடிகளில் முதல் பதினோரு அதிகாரங்களில் அவரது உபதேசங்கள் எட்டு இடங்களில் பதிவாகி உள்ளன என்பது சிறப்பு. (1:15, 2:14, 3:12, 4:8, 5:29, 8:20, 10:34, 11:4).

1. யூதாஸ்காரியோத்திற்கு பதிலாக ஓர் அப்போஸ்தலரைத் தெரிவு செய்தது பேதுரு.
2. பெந்தகோஸ்தே தினத்தில் பேதுரு பிரசங்கித்து 3000 பேருக்குத் திருமுழுக்கு அளிக்கப்பட்டது.
3. யோவானுடன் இணைந்து பேதுரு பிறவியிலியே முடவனான மனுஷனை குணமாக்கினார். அதன்பின் 5000 பேர் ஞானஸ்நானம் பெற்றார்கள்.
4. சனகரிப் சங்கத்தாருடன் பேசியது பேதுரு.
5. சீமோன் என்னும் மந்திரவித்தைக்காரனிடம் பேதுருவே பேசினார்.
6. பிறஇனத்தாரிடம் பெந்தகோஸ்தேவில் பேசினார்.
7. பிறஇனத்தாரிடம் பெந்தகோஸ்தேவைப்பற்றி யும் பேசினார்.

இயேசுவே கிறிஸ்து என்பது பேதுரு உலகத்திற்கு எடுத்துக் கூறிய உன்னதமான ஓர் சத்தியம். உலகம் அன்று இயேசுவை அறிந்திருந்தது ஆனால் அவரேதான் கிறிஸ்து என்பதை அறியாமலிருந்தது. யோசேப்பின் குமாரனாகிய இயேசு என்ற அளவில் அறிந்திருந்தது. மரியாள் பெற்றெடுத்த மகன் இயேசு என்று அறிந்திருந்தது. அவருக்குச் சகோதரரும்,

சகோதரிகளும் உண்டென்றுச் சொல்லி, அந்த இயேசுவை உலகம் தெரிந்திருந்தது.

இன்றும் இயேசுவை மட்டுமே அறிந்தவர்களை நாம் அறிகிறோம். இயேசுவைத் தெய்வங்களில் ஓர் அவதாரமாக, கடவுளர்களில் ஒருவராக, மகானாக, மனிதருள் மாணிக்கமாக அவரை அறிந்திருப்பவர் அநேகர்.

யோவான் ஸ்நானகன் அறிவித்த, அபிஷேகத்தை அடைந்த கிறிஸ்து, தேவஆட்டுக்குட்டிதான் என்று இயேசுவைக் காட்டி உணர்த்திய அன்றும் அறியாமல் இருந்தனர், இன்றும் அறியாமலிருக்கின்றனர்.

அப்போஸ்தலர் 17:3 இயேசுவே கிறிஸ்து என்று திருஷ்டாந்தப்படுத்தினார் பவுல். அப்போஸ்தலர் 5:42 ஆதித்திருச்சபை உருவானபோது அப்போஸ்தலர்கள், தினந்தோறும் தேவாலயத்திலேயும் வீடுகளிலேயும் இடைவிடாமல் உபதேசம் பண்ணி, இயேசுவே கிறிஸ்துவென்று பிரசங்கித்தார்கள்.

பேதுரு பெந்தகோஸ்தே நாளில் பிரசங்கம்பண்ணி அறிவித்தது என்ன?

அப்போஸ்தலர் 2:36 நீங்கள் சிலுவையில் அறைந்த இந்த இயேசுவையே கடவுள் ஆண்டவரும் கிறிஸ்துவுமாக்கினாரென்று இஸ்ரவேல் குடும்பத்தார் யாவரும் நிச்சயமாய் அறியக்கடவர்கள் என்றான்.

இயேசு வேறு கிறிஸ்து வேறு. ஆனால் இயேசுவும் கிறிஸ்துவும் ஒன்று. உலகிற்கு மனித அவதாரமாக வந்த கிறிஸ்துவைக் குறித்து ஆராய்ச்சியாளரும், மருத்துவரான லூக்கா தனது நற்செய்தி நூலில் குறிப்பிடுவது என்ன?

லூக்கா 2:11 இன்று கர்த்தராகிய கிறிஸ்து என்னும் இரட்சகர் (இயேசு) உங்களுக்குத் தாவீதின் ஊரிலே பிறந்திருக்கிறார்.

(மத்தேயு 1:21 அவருக்கு இயேசு என்று பேரிடுவாயாக, ஏனெனில் அவர் தமது ஜனங்களின் பாவங்களை நீக்கி அவர்களை இரட்சிப்பார் என்று மரியாளிடம் தேவதூதன் சொன்னது)

இயேசுவை அறிந்தவர்கள் எல்லாரும் தங்கள் வீட்டில் நட்சத்திரம் கட்டி கிறிஸ்துமஸ் கொண்டாடி மகிழ்வார்கள். கிறிஸ்துவை அறிந்தவர்கள் மட்டுமே அவரை ஏற்றுக்கொண்டு அவரைத் தொழுதுகொண்டு அவரது நாமத்தை மகிமைப்படுத்துவார்கள். அவரது வார்த்தையை விதைப்பார்கள். அவரது இராஜ்யத்தை விஸ்தாரப்படுத்துவார்கள்.

இயேசுவை எல்லாரும் அறிவார்கள். அறிந்தவர்கள் எல்லாம் கிறித்தவர்கள் அல்லர். கிறிஸ்துவை அறிந்து அவரை மட்டும் தொழுதுகொள்பவர்களே கிறித்தவர். இயேசுவை மட்டும் அறிந்தால் கிறித்தவர் என்று சொல்ல முடியாது. இயேசுவே கிறிஸ்து என்று அறிந்திருப்பவே கிறித்தவராக ஆகமுடி யும்.

இயேசு: கிறிஸ்துமஸ், கிறிஸ்து: உயிர்த்தெழுதல். இயேசு உலகத்தில், உலகத்தை மீட்கப் பிறந்தவர். கிறிஸ்து உலகத்தை ஜெயித்து பிதாவின் வலதுபாரிசத்தில் வீற்றிருக்கிறவர். ஜெயம்கொண்ட தம்முடையவர்களை தம்முடன் சேர்த்துக்கொள்ளத் திரும்ப வரப்போகிறவர்.

இயேசு தேவஆட்டுக்குட்டியாக வந்தவர். கிறிஸ்து யூதராஜசிங்கமாகத் திரும்ப வரப்போகிறவர். இயேசு இந்தப்பூமியில் அவதரித்தவர். கிறிஸ்து இந்த மண்ணில் மீண்டும் கால்பதிக்கப் போகிறவர். இயேசுவாய் பிறந்து, இயேசுவாய் மரித்து, கிறிஸ்துவாய் உயிர்த்தெழுந்து, கிறிஸ்துவாய் திரும்ப வருகைதரப்போகிறவர்.

ஏசாயா 9:6 நமக்கு ஒரு பாலகன் பிறந்தார். ஒரு குமாரன் கொடுக்கப்பட்டார். முதல் வரி கிறிஸ்துமஸ். இரண்டாம் வரி நல்ல வெள்ளி. நமக்காகப் பிறந்தவர் இயேசு. நமக்காகச் சிலுவையில் கொடுக்கப்பட்டவர் கிறிஸ்து. உயிர்த்தெழுந்தவர் இயேசு கிறிஸ்து. இயேசு கிறிஸ்துவே மாரநாதா.

For unto us a child was born, a son is given. Starts with **FOR** and ends up with **GIVEN** (**FORGIVEN**). The purpose of HIS birth is to forgive the world to be saved.

உடனிருந்த போது இயேசு, பேதுருவின் பெயரைக் கல் என்று மாற்றினார். ஆகாது என்று தள்ளப்படப் போகும் மூலைக்கல்லான தம் மீது சபையைக் கட்டுவேன் என்று பேதுருவிடம் சொன்னார். ஆனால் கிறிஸ்துவாய் உயிர்த்தெழுந்த பின்பு என் ஆடுகளை மேய்ப்பாயாக என்றார்.

நாம் பேச்சு வழக்கிலும் மரணிப்பதைக் குறித்து அறிவிக்கும்போது 'கிறிஸ்துவுக்குள் மரித்தார்' என்றே சொல்கிறோம். இயேசுவுக்குள் மரித்தார் என்று நாம் சொல்வதில்லை.

இயேசு நமக்குள் பிறக்க வேண்டும். நாமோ கிறிஸ்துவுக்குள் மரிக்க வேண்டும். பேதுருவிடம் தாம் மரிப்பதற்கு முன்பு, இயேசுவாகச் சொன்னது 'என்னை நீ மூன்றுதரம் மறுதலிப்பாய்'. உயிர்த்தெழுந்த பின்பு கிறிஸ்துவாக பேதுருவிடம் அவர் மூன்றுதரம் கேட்டது 'என்னை நேசிக்கின்றாயா?'.

நற்செய்திப் பணியில் நாம் செய்யவேண்டிய கடமையில் முக்கியமான ஒன்று, இயேசுவே கிறிஸ்து என்று அறியவைப்பதாகும். பேதுருவின் வாழ்வில் நாம் நம்மைக் காணலாம். நமக்குள் பேதுரு இருப்பதையும் உணரலாம்.

ஆனால் நம்மிடம் உள்ள படகு என்ன? அல்லது எனக்குத் தேவையான படகு எது? என்பதை நாம் உணர்ந்துள்ளோமா? கடவுள் நம்மிடம் எதிர்பார்க்கும் படகு எது என்று அறிந்துள்ளோமா? அறிய வேண்டி முற்பட்டுள்ளோமா? அதற்கு நம்மை நாமே நிச்சயம் சோதித்தறியவும், அவருக்கு நம்மைத் தகுதிபடுத்திக் கொள்ளவும், தயார்படுத்திக் கொள்ளவும் தான் இந்தப் 'பேதுருவின் படகு''.

யோவானின் எழுத்தில் அன்பிருக்கும், பவுலின் எழுத்தில் கிருபையிருக்கும், யாக்கோபின் எழுத்தில் கிரியையிருக்கும், பேதுருவின் எழுத்தில் விசுவாசம் இருக்கும் என்பது ஆய்வாளர்களின் கருத்தாயுள்ளது.

பேதுருவின் மூலம் திருஷ்டாந்தமாய் கர்த்தர் நமக்குச் சொல்லும் பாடம் மற்றும் படிப்பினைகளை அறிய, ஆவிக்குரிய வாழ்வில் நமது பயணத்தைப் புரிந்து

பயணிக்க, பேதுருவின் படகு உதவியாய் இருக்கும் என்று நான் நம்புகிறேன்.

"Do not walk with the Bible but walk in the Bible", says Ravenhill.

2கொரிந்தியர் 4:18 நாம் தரிசித்து நடவாமல் விசுவாசித்து நடக்கிறோம்.

நல்ல நண்பன் நம் வாழ்க்கைக்கான புத்தகம். நல்ல புத்தகம் நம் வாழ்க்கைக்கு நண்பன் - அருள்பிரகாஷ்

நமது நடக்கையில் நம்மை விசுவாசத்தில் நடத்த, நீங்கள் நடக்கையிலும் உங்களுடன் இந்நூலைக் கரமேந்தி, அநேகரின் கரம்சேர்க்கவும் நிதானமாய் வாசியுங்கள். வேதத்தைத் தியானியுங்கள்.

அன்புடன் அடம்பிடிக்கும்,

ஜே ரமேஷ்

><}}}}*> 00000 <*{{{{><

துடுப்புகள்

வேதத்தை வெறுமையாய் வாசிக்காமல்
நிதானமாய் தியானிப்பவர்களுக்குச்
சமர்ப்பணம்!

1. சற்றே தள்ளும்படி

ஒரு முன்னாள் தச்சராகிய (ex carpenter) கிறிஸ்து ஒரு மரப்படகின் மீது அமர்ந்து ஒரு சிலரை, மனிதரைப் பிடிக்கிறவர்களாக மாற்றுவதற்காக அவர்களை முன்னாள் மீனவர்களாக (ex fishermen) மாற்றினார். அவ்விதம் மாற்றி தம் சீடராக்க அந்த கிறிஸ்துவுக்கே முதலில் ஒரு படகு தேவைப்பட்டது. லூக்கா 5:1-11

பேதுருவின் படகைத் தெரிந்து கொண்டார்:

- படகைக் குறித்த வசனங்கள் நான்கு நற்செய்தி நூல்களிலும் சேர்த்து மொத்தம் 50 முறை குறிப்பிடப்பட்டுள்ளதாக சில வேத ஆய்வாளரின் கருத்து.
- முதலாம் நூற்றாண்டு கி.பி. நாற்பதிலிருந்த படகு ஒன்று 1986ம் ஆண்டு கலிலேயாக் கடலின் வடமேற்கு பகுதியில் கண்டுபிடிக்கப்பட்டது. அது பேதுருவின் படகு என்று கருதப்படுகிறது. 27 அடிகள் நீளம், 7 அடி அகலம் மற்றும் 5 அடி உயரமும் கொண்ட அந்தப் படகு, ஒரு சமயம் கடல் வற்றிப் போகுமளவு அங்கு தண்ணீர் குறைந்த போது கண்டெடுக்கப்பட்டதாக சொல்லப்படுகிறது. தற்போது அந்தப் படகு, கிப்பூஸ் கினோசார் என்னும் நாட்டில், இக்கால் ஆலோன் என்று அழைக்கப்படும் அருங்காட்சியகத்தில் உள்ளது.

பேதுருவைப் பற்றிய ஏழு உண்மைகள்:

- பேதுரு பெத்சாயிதாவைச் சேர்ந்தவர் யோவான் 1:44
- கப்பர்நகூமில் வசித்தவர் மாற்கு 1:29
- திருமணமானவர் 1கொரிந்தியர் 9:5 மாற்கு 1:29
- யோவான் யாக்கோபின் கூட்டாளி லூக்கா 5:10

- இயேசுவிடம் உவமையை விளக்கும்படி கேட்டவர் மத்தேயு 15:15
- இயேசுவிடம் எத்தனை முறை மன்னிக்க வேண்டும் என்று கேட்டவர் மத்தேயு 18:21
- உம்மைப் பின்பற்றினால் எனக்கு என்ன கிடைக்கும் என்று இயேசுவிடம் கேட்டவர் மத்தேயு 19:27

பேதுருவின் மூன்று படகு அனுபவங்கள்:

- தள்ளி நிறுத்தச் சொல்லி அதில் அமர்ந்து இயேசு பிரசங்கித்த படகு. அற்புதத்தைக் கண்ட பின்புக் கர்த்தர் பின் செல்ல, விட்டு வந்த அதே படகு. லூக்கா 5:1-11
- கடலில் மேல் நடப்பதற்கு இறங்கி வந்த படகு. கர்த்தரைச் சோதிக்க நினைத்துச் சோதனையில் மூழ்கிக் கர்த்தரால் கர்த்தருடன் திரும்பிய படகு. மத்தேயு 14-ம் அதிகாரம்
- பேதுரு தான் நிர்வாணியாய் இருந்ததை உணர்ந்து கடலில் குதித்த படகு. பின்மாறிப் போய் மீன் பிடிக்கத் திரும்பி மீண்டும் கர்த்தரால் பிடிக்கப்பட்டு, விட்டு வந்த படகு. யோவான் 21-ம் அதிகாரம்.

பேதுருவைக் குறிக்கும் மூன்று:

- பன்னிரு சீடர்களில் மூவரணியில் முதன்மையாய் குறிப்பிடப்பட்டவர் (பேதுரு, யாக்கோபு, யோவான்).
- மறுரூபமலையில் கிறிஸ்துவிடம் மூன்று கூடாரம் போடுவதாகச் சொன்னவர்.
- கிறிஸ்துவை மூன்றுதரம் மறுதலித்தவர்.
- இயேசு கிறிஸ்துவால், 'என்னை நேசிக்கின்றாயா?' என்று மூன்று முறை கேட்கப்பட்டவர்.

கிறிஸ்து பேதுருவை அழைப்பதற்கு முன்பு நடந்த நிகழ்வுகள் ஓர் கண்ணோட்டம்:

லூக்கா நற்செய்தி நூல் பதிவு செய்துள்ள விவரம்:

- லூக்கா 2:51-52 இயேசுவின் 12 வயதிலிருந்து 30 வயதுவரை வாழ்ந்த வாழ்க்கை.
- லூக்கா 3:15-16 கிறிஸ்து யார் என்பதை யோவான் ஸ்நானகன் அறிவித்தது.
- லூக்கா 3:21-23 இயேசு தச்சுத் தொழிலைவிட்டுத் தமது வேளை அறிந்து ஞானஸ்நானம் பெற்றது.
- லூக்கா 4:1-14 இயேசு பரிசுத்த ஆவியினாலே நிறைந்தவராய் யோர்தானை விட்டுத் திரும்பி, பரிசுத்த ஆவியானவராலே வனாந்தரத்திற்குக் கொண்டுபோகப்பட்டார்.
- லூக்கா 4:22 இயேசுவின் உபதேசம் கேட்டு அவரைக் குறித்து நற்சாட்சி கொடுத்தனர்.
- லூக்கா 4:28-31 இயேசு கிறிஸ்துவின் ஜெபஆலய பிரசங்கத்தினால் கோபமடைந்து ஒரு செங்குத்தான மலையிலிருந்து தலைகீழாய்த் தள்ளிவிடும்படிக்குக் கொண்டுபோனார்கள். அவரோ அவர்கள் நடுவினின்று கடந்துபோய் கப்பர்நகூம் வந்தார்.
- லூக்கா 4:37-39 இயேசுவின் கீர்த்தி பிரசித்தமாக ஜெபஆலயம் விட்டுப் பேதுருவின் வீட்டிற்கு வந்தார்.
- லூக்கா 4:43-44 இயேசு கிறிஸ்து கடவுளின் ராஜ்யம் பற்றி பிரசங்கிக்கப் புறப்பட்டார்.
- லூக்கா 5:1-2 பின்பு கெனேசரேத்துக் கடலருகே நின்றார். இங்கு நடந்த பேதுருவின் சந்திப்பு முதல் சந்திப்பல்ல.

ஆண்டவர் அழைத்தால் எந்தத் தோல்வியும் வெற்றிப் படிக்கட்டாய் மாறும்:

ஆண்டவர் அழைக்கிறார் என்றால் அவர் நம்மிடம் பேசாமல் அழைப்பதில்லை. எவ்விதம் நம்மோடு பேசுகிறார். வார்த்தை மூலமாக, பரிசுத்தவான்களின் மூலமாக, நம் ஆத்துமாவின் மூலமாக (குரலாக), சூழ்நிலைகளின் மூலமாக (Scripture, Saints, Soul and Situations). பேதுருவை எவ்விதமாக அழைத்தார்? அநேகமாக சூழ்நிலைகள் மூலமாக!

பேதுருவின் சொந்த ஊர் பெத்சாயிதா. பெத்சாயிதா என்றால் மீன்வீடு என்று பொருள் House of fish/Hunt. கெனசரேத்துக் கடற்கரையில் பேதுருவைச் சந்தித்து அழைத்தார் ஆண்டவர். திபேரியாக் கடல், கின்னரோத், கலிலேயாக் கடல், கெனசரேத்துக் கடல் என்று அழைக்கப்படுகின்ற எல்லாமே கலிலேயா என்னும் ஒரே கடல்தான்.

லூக்கா 5:1 கடலருகே அவர் நின்றபோது, திரளான ஜனங்கள் அங்கிருந்தனர். பேதுருவிடம் படகைக் கேட்டார் கிறிஸ்து. பேதுருவும் இயேசு கிறிஸ்து வந்து அமரத் தனது படகில் இடமளித்தார். ஜனங்கள் தேவவசனத்தைக் கேட்க நெருங்கினார்கள். சீஷராகப்போகிற பேதுரு தனது தொழில் கூட்டாளிகளுடன் தள்ளி நின்றபடி வலைகளை அலசும் பணியில் இருந்தார். அவரை நெருங்குகிறவர்களைவிடத் தள்ளி நிற்பவரை அழைக்கிறவர் இயேசு கிறிஸ்து.

லூக்கா 5:2 கிறிஸ்து பேதுருவின் படகைத் தேர்ந்தெடுத்தார். மீனவர்கள் மீன்பிடிக்க முடியாமல் சோர்ந்திருந்தனர். இராமுழுதும் மீன்பிடிக்க வந்தவர்களுக்கு ஒன்றும் அகப்படவில்லை. தோல்வியில் துவண்டிருந்தவர்களைக் கிறிஸ்து தூண்டிலிட்டுப் பிடித்தார். வலைகளை அலசிக் கொண்டிருந்த மீனவர்களைப் பிடிக்க வலைபோட்டார் இயேசு.

பேதுரு ஆண்டவரின் ஊழியத்திற்காகத் தனது படகைக் கொடுத்தார். ஆண்டவர் பேதுருவின் தொழிலை விருத்தியடையச் செய்ய உதவினார். ஆனாலும் ஜனங்களுக்கு நற்செய்தியை அறிவிக்கும்போதே பேதுருவை அழைக்கவும் தீர்மானித்திருந்தார் கிறிஸ்து. பேதுருவுடன் மற்றவரும் இருந்தனர். ஆனால் ஆண்டவர் தம் ஊழியத்திற்குப் பேதுருவின் படகையே தேர்ந்தெடுத்தார். Peter gave his boat as a pulpit to the Lord. At times God needs our valuables.

அதைக் கரையிலிருந்து சற்றே தள்ளும்படி:

லூக்கா 5:3 அது சீமோனுடைய படகாக இருந்தது. அதைக் கரையிலிருந்து சற்றே தள்ளும்படி பேதுருவைக் கேட்டுக் கொண்டு அந்தப் படகில் உட்கார்ந்து ஜனங்களுக்குப் போதகம் பண்ணினார்.

போதகம் பண்ணி முடித்தபின்பு சீமோனை நோக்கி, ஆழத்திலே தள்ளிக்கொண்டுபோய் மீன்பிடிக்கும்படி உங்கள் வலைகளைப் போடுங்கள் என்றார். Toiled all the night and have taken nothing!

- அவருக்கு ஊழியம் செய்ய, அவருக்கு உதவியாய் இருக்க, அவரது சீடராக அழைக்கப்பட, முதலில் நம்முடைய இருப்பிடம் சற்றே தள்ளி இருக்கும்படி கர்த்தர் எதிர்பார்க்கிறார். Thrust out a little.
- அவர் மக்களைச் சந்தித்துப் பேச நமது உடமை அனைத்தும் கரையைவிட்டுச் சற்றே தள்ளியிருப்பது நலமென்று கர்த்தர் அறிவுறுத்துகிறார். Just change your position, just move a little, from the place where you feel comfortable.
- படகு துர்நாற்றம் வீசும். ஆனாலும் கர்த்தர் அதனைப் பொருட்படுத்தாமல் அதில் அமர்ந்து மக்களுக்குப் போதித்தார். அழுக்கான வாடை வீசும் வாழ்க்கையை மக்களிடம் மாற்றினார்.
- No A/c, No attractive ambience, No PA system, No disco lights, No praise and worship but only preaching by Jesus any time anywhere.
- பலசமயங்களில் மற்றவர்கள் ஆண்டவரை அறிந்து கொள்வதற்கு உதவியாக இருப்போம். ஆனால் நாம் நமது வலைகளை அலசிக்கொண்டிருப்போம்.
- லூக்கா 5:4 ஆழத்திலே தள்ளிக் கொண்டுபோய், அந்த இடத்தில் வலைகளைப் போடுங்கள் என்றார். முயற்சி செய்யுங்கள் என்று கூறாமல், வலைகளைப் போடுங்கள் என்று அன்புக் கட்டளையிட்டார்.

- இரவு முழுவதும் அகப்படவில்லை ஆனால்?
- காலையில் பத்து நிமிடங்களில் வலை கிழிந்து போகுமளவிற்கு மீன்களைப் பிடித்தனர்.
- இராமுழுதும் பிடித்தும் ஒன்றும் அகப்படவில்லை. மீன்பிடிக்கச் சிறந்த நேரம் இரவுநேரம் என்றறிவோம்.
- அதே கடல், அதே படகு, அதே வலை, அதே மீனவர், ஆனால் மீன்களைப் பிடித்ததில் வித்தியாசம்.
- Not shallow waters but deep waters. Proven methods of our past may fail. Not IMPOSSIBLE. God says, I'M POSSIBLE.
- Jesus is a friend to the friendless Power to powerless. Hope to hopeless.
- F.A.I.T.H = For All I Trust Him.

பேதுரு இயேசுவின் வார்த்தைக்குக் கீழ்ப்படிந்தாரா?

லூக்கா 5:5 ஐயரே, இராமுழுவதும் நாங்கள் பிரயாசப்பட்டும் ஒன்றும் அகப்படவில்லை ஆகிலும் உம்முடைய வார்த்தையின்படியே வலையைப் போடுகிறேன்.

"ஆகிலும்" (ஆயினும்) (But) என்பதற்கு பொருள் என்ன?

Peter wanted to test God. He wanted to say God if He fails, "I told you know?" (or) contrary to our results we are ready to obey You.

பேதுரு தன் அனுபவத்தைச் சொல்லி, ஆகிலும் வலையைப் போடுகிறேன் என்றே சொன்னார். பேதுரு கர்த்தர் சொன்ன வார்த்தைக்குக் கீழ்ப்படியவில்லை. தான் எடுத்த முடிவின்படியே செய்தார். பேதுரு, கர்த்தரின் அறிவுரையும் தோற்றுவிடும் என்று எண்ணி, "நான் தான்

முன்பே உம்மிடம் சொன்னேனே ஆண்டவரே” என்று சொல்ல நினைத்தாரோ?

லூக்கா 5:4-6 ‘வலைகளைப்’ போடுங்கள் என்றே ஆண்டவர் சொன்னார். ஆனால் பேதுரு ‘வலையைப்’ போடுகிறேன் என்றார். ‘வலை’ கிழிந்து போகத்தக்கதாக மிகுதியான மீன்களைப் பிடித்தார்கள் என்றே வசனம் சொல்கிறது. இவ்வசனங்கள் எல்லா மொழிபெயர்ப்புகளிலும் இவ்விதமாகவே உள்ளன என்பது ஆராய்ச்சியாளர்களின் கருத்து.

ஆழத்திலே தள்ளிக் கொண்டு போய் வலைகளைப் போடும்படி ஆழம் அறிந்த கர்த்தர் சொன்னார். இராமுழுதும் ஆழமில்லாத இடத்தில் வலைபோட்ட பேதுரு வலையை மட்டுமே போட்டார். ஆழமில்லாத விசுவாசம் மேலோட்டமாக உள்ளது.

கர்த்தர் நம் வாழ்வில் கிரியை செய்யும்போது ஆபத்து உண்டு ஆனால் நம் விசுவாசத்தைக் காண்கிறார். பேதுரு பிறப்பால் மீனவன். இயேசு வளர்ப்பால் ஒரு தச்சன். ஆனால் கிறிஸ்துவானவருக்கு வலைபோடவும் தெரியும் என்பதை அறியாமல் இருந்தாரோ பேதுரு?

மத்தேயு 6:8 நீங்கள் வேண்டிக்கொள்ளுகிறதற்கு முன்னமே உங்களுக்கு இன்னது தேவை என்று அவர் அறிந்திருக்கிறார்.

சீடர் அலசிக்கொண்டிருந்த வலை கிழியத்தக்கதாக மீன்களைப் பிடித்தார் கிறிஸ்து.

வலை வீசுவதற்கு முன் - வலை வீசுவதற்குப் பின்

லூக்கா 5:5 ஐயரே இராமுழுதும் நாங்கள் பிரயாசப்பட்டும் ஒன்றும் அகப்படவில்லை. லூக்கா 5:8 ஆண்டவரே நான் பாவியான மனுஷன், நீர் என்னைவிட்டுப் போகவேண்டும்.

ஐயரே என்று சொன்னவர் ஆண்டவரே என்று அழைத்தார். அற்புதத்திற்கு முன்பு ஐயரே என்று ஜெபித்த பேதுரு அற்புதத்திற்கு பின்பு ஆண்டவரே என்று ஜெபித்தார்.

ஐயரே என்றால் போதகரே என்று பொருள். ஆண்டவரே என்றால் எஜமானரே என்று பொருள்.

மத்தேயு 16:16-18 நீர் ஜீவனுள்ள கடவுளுடைய குமாரனாகிய கிறிஸ்து என்றான். யோனாவின் குமாரனாகிய சீமோனே, நீ பாக்கியவான், மாம்சமும் இரத்தமும் இதை உனக்கு வெளிப்படுத்தவில்லை, பரலோகத்திலிருக்கிற என் பிதா இதை உனக்கு வெளிப்படுத்தினார்.

ஐயரே என்றும் ஆண்டவரே என்றும் பேதுரு இயேசு கிறிஸ்துவை அழைத்தது, அவரை வெறும் நாசரேத்தூரின் தச்சராக நினைத்திருந்த வேளையாக இருந்திருக்கக்கூடும். In greek - Epistates : Master. Kyrios : Lord.

இயேசு கிறிஸ்து பேதுருவிடம் ஒரு படகைக் கேட்டார் ஆனால் இரண்டு படகுகள் நிரம்பத்தக்கதாகத் திருப்பிக் கொடுத்தார். நாம் ஆண்டவருக்கு எவ்வளவு கொடுத்தாலும் அது இரட்டத்தனையாகத் திரும்பப் பெறப்படும். வலைகளை வீசும்படி சொல்லியும், வெறும் (ஒரு) வலையை வீசியதற்கே இரட்டிப்பான நன்மை..!

நான் பாவி என்னைவிட்டுப் போகவேண்டும்

பேதுரு ஆண்டவரிடம் தன்னைவிட்டுப் போகும்படி சொன்னார் ஆனால் கிறிஸ்துவின் பதில் 'பயப்படாதே' என்று வந்தது. பயம் அவரைவிட்டு விலகச் செய்கிறது. ஆதாமும் ஏதேன் தோட்டத்தில் ஒளிந்து கொண்டதற்கு காரணம் பயம். பாவம் வெட்கத்தைக் கொடுத்தது, வெட்கம் பயத்தைக் கொடுத்தது. இந்த இரண்டும் மனிதனைக் கர்த்தரிடமிருந்து பிரித்தது.

ஏசாயா 6:5 நான் அசுத்த உதடுகளுள்ள மனுஷன். அசுத்த உதடுகளுள்ள ஜனங்களின் நடுவில் வாசமாயிருக்கிறவன் என்று ஏசாயா பயந்து சொல்வதைப் பார்க்கிறோம். கர்த்தர் ஏசாயாவை ஊழியத்திற்கு அழைத்தபோது ஏசாயா சொன்ன வார்த்தையும் இவ்விதமே இருந்தது. உதடுகளை நெருப்புத் தீண்ட ஏசாயாவைச் சுத்தமாக்கி, யாரை நான் அனுப்புவேன் யார்

என் காரியமாய்ப் போவான் என்று ஆண்டவர் உரைத்த சத்தத்தைக் கேட்டார் ஏசாயா.

பேதுரு ஆண்டவரின் அன்பைப் புரிந்ததினால், நான் போகிறேன் என்று சொல்லாமல் அவரைப் போய்விடும்படி சொன்னார். ஆனால் இயேசு கிறிஸ்துவின் சீஷர்களாயிருந்த அநேகர் அவரைவிட்டுப் பின்வாங்கியபோது, பன்னிருவரை நோக்கி, நீங்களும் போய்விட மனதாயிருக்கிறீர்களா என்று கேட்டபோது, சீமோன் பேதுரு அவருக்குப் பிரதியுத்தரமாக, ஆண்டவரே, யாரிடத்தில் போவோம், நித்திய ஜீவவசனங்கள் உம்மிடத்தில் உண்டே என்றார் (யோவான் 6:66-68).

தாம் பாவியாகிய மனுஷன் என்பதை உணர்ந்து, தமக்குக் கர்த்தர் செய்த நன்மையை அடைவதற்குத் தாம் தகுதியற்றவன் என்ற எண்ணத்துடன், தன்னைவிட்டுப் போகச் சொன்னார் பேதுரு. தமக்கு நேர்ந்த அற்புதத்தைக் கண்டு உடனிருந்தவர்களின் பிரமிப்பை அறிந்து இவ்விதமாய்ச் சொன்னதாக லூக்கா விவரிக்கிறார் (லூக்கா 5:9).

ஆனால் இயேசு கிறிஸ்து பேதுருவை நோக்கி, பயப்படாதே, இதுமுதல் நீ மனுஷரைப் பிடிக்கிறவனாக இருப்பாய் என்று சொன்னார் (லூக்கா 5:10). இயேசு சொன்ன இந்த வார்த்தையை எதைப்படித்துச் சொல்லியிருப்பார் என்று சிந்தித்துப் பார்க்க வேண்டும்.

எரேமியா 16:16 இதோ, நான் மீன்பிடிக்கிற அநேகரை அழைத்தனுப்புவேன், இவர்கள் அவர்களைப் பிடிப்பார்கள்.
Bible reading is not telescopic. It is microscopic..!
– Rev. B.J. Premiah.

பிரமிப்பு எதில் இருக்க வேண்டும்?

கர்த்தர் நமக்குச் செய்யும் அற்புதத்தைப் பார்த்து இந்தச் சமூகம் கூட வியக்கிறது ஆனால் நாம் பாவிகளாய் இருக்கையில், பாவத்தில் தொடரவே விரும்புகையில் அவரைப் போகும்படி சொல்லிவிடுகிறோம். கர்த்தர் நினைத்தால் ஓர் இரவில் உன் வருமானத்தைப் பெருக்கி உன்னை ஒரு பெரிய செல்வந்தராய் மாற்ற முடியும்

என்பதை இந்தப் பேதுருவின் அற்புதத்தின் மூலம் அறிகிறோம். ஆயினும் கர்த்தர் நமக்கு ஏற்படுத்தியுள்ள திட்டம் வேறாக இருக்கும்.

ஏசாயா 55:8 என் நினைவுகள் உங்கள் நினைவுகள் அல்ல.

பிரமிப்பு மீன்களைப் பார்த்தா? கிறிஸ்துவைப் பார்த்தா?

கிறிஸ்துவின் செய்தியைக் கேட்கத் திரளான கூட்டமிருந்தும், வலைகளை அலசிக்கொண்டிருந்த பேதுருவின் மேல் கவனம் வைத்தார்.

பேதுருவும் அவரது கூட்டாளிகளும் வலைகிழியத்தக்கதாக கிடைக்கப்பெற்ற மீன்களைப் பார்த்து பிரமிப்புண்டாயிற்று. அதற்கு முன்பு அவர்களது நிலைமை என்ன?

N et dirty : அழுக்கு வலைகளை அலசிக்கொண்டு
E mpty boat : கரையிலே வெறுமையான படகு
T ired heart : பிரமிப்படைந்த இருதயத்தில் சோர்வு

பேதுரு தாம் பாவியென உணர்ந்து இயேசுவின் அற்புதம் கண்டு பிரமித்தார். பயப்படாதே என்று கிறிஸ்து சொன்னதும் அவருக்குப் பின் சென்றார். பாவம் உணர்ந்ததும் இயேசுவை போய்விடும்படி சொன்னவர், பிரமித்த பின்பு எல்லாவற்றையும் விட்டுப் பின்தொடர்ந்தார். முதலில் பயந்தவர்கள் தைரியமாய் பின்சென்றார்கள். அற்புதத்தை மாத்திரம் பெற்றுக்கொண்டு பழைய வாழ்விற்குச் சென்றுவிடாமல், பெற்ற அற்புதத்தை விட்டுவிட்டு அவருக்குப் பின்சென்றனர். They forsook all and followed Him.

அவர் வார்த்தைக்குக் கீழ்ப்படிந்தால் நாம் ஆழமான இடத்தில் வலைபோட முடியும். அங்கே ஒரு அற்புதம் நடக்கும். தோல்வியின் இரவாக இருந்தாலும் வெற்றியின் விடியலாக அதனை மாற்றுவார். கண்ணீருடன் விதைத்தாலும் மகிழ்ச்சியுடன் அறுப்போம்.

The difference between 'give up' and 'get up'. We give up but God says get up.

நாம் அவரை விசுவாசிப்பதற்கு மீன்கள் நிறைந்த இரண்டு படகுகள் தேவையில்லை. அவரது வெறுமையான ஒரு கல்லறையே போதும். வலையை இழுக்க உதவிக்கு அழைக்கப்பட்டவர்கள் உடன் சேர்ந்து பிரமித்தார்கள். உடன் சேர்ந்தவர்களும் இயேசுவின் பின் சென்றார்கள். அவர்கள் பிரமிப்பதாய் நினைத்தார்கள் கிறிஸ்துவோ அது பிரமிப்பல்ல பயம் என்று தெரியவைத்தார், தெளியவும் வைத்தார்.

இந்திய இலக்கியங்கள் என்ன சொல்கின்றன?

இந்திய இலக்கியங்களில் இறைமைந்தன் இயேசு கிறிஸ்து மறைந்திருக்கிறார், நமது விவிலியக் கருத்துகள் பொதிந்து கிடக்கிறது என்பதை என்னுடைய புத்தகங்களில் எல்லாம் வலியுறுத்தி வருகிறேன். இதிலும் சில மேற்கோள்கள்.

அவனே தானே ஆகிய அந்நெறி
ஏகனாகிய இறைபணி நிற்க
மலமாயை தன்னோடு வல்வினை இன்றே
- **சிவஞானபோதம்**

அவனே : கடவுளே
தானே ஆகிய : தன்னை முழுமையாக ஆட்கொண்ட நிலை
அந்நெறி : அவன் காட்டும் வழியில்
ஏகனாகி : தன்னை ஒப்படைத்து அவன் வழியில் ஒன்றாகி
இறைபணி நிற்க : இறைவன் கொடுக்கும் பணியில் ஒன்றி
மலம் : ஜென்ம பாவம்
மாயை : ஜென்மபாவத்தின் காரணமாய்த் தீமை செய்ய விரும்பும் உடல் இறைவனுக்கு அடிமையாகி இறைபணி செய்வதால் மாயையான உலகின் போராட்டமும்
தன்னோடு : அவைகளுடன்
வல்வினை : ஜென்மபாவம் உடல் போராட்டம் இவ்விரண்டின் காரணமான பாவவினை
இன்றே : இல்லாமல் போகும்.

முன்பு பாவத்திற்கு அடிமைப்பட்டிருந்த ஆத்துமா நம் பாவத்தினின்று விடுதலையை அடைந்து, கடவுளுக்கு ஏற்ற நிலையில் அடிமையாகிச் சரணாகதி அடைந்து, அதினால் பரிசுத்தமாக மாறிவிடும் என்று பொருள்.

லூக்கா 5 - யோவான் 21, ஆரம்பம் - முடிவு

சீடர்களுக்காகத் தேடினார் : சீடர்களைத் தேடினார்
படகில் ஆரம்பித்த தேடல் : படகில் முடிந்த அழைப்பு
அற்புதத்தில் ஆரம்பித்தது : அற்புதத்தில் முடிந்தது
உடனிருந்து அழைத்தார் : உடன் வந்து அனுப்பினார்

First Boat – last Boat. Deep side – right side. Brought – sent

ஆரம்பத்தில் இரவு முழுவதும் அகப்படவில்லை. முடிவிலும் இரவு முழுவதும் அகப்படவில்லை. மீன்பிடிப்பதை விட்டு ஊழியம் செய்யப் புறப்பட்டனர். ஊழியத்தை விட்டு மீன்பிடிக்கச் சென்றனர். ஆழத்தில் வலை போடச் சொன்னார். வலதுபுறத்தில் வலைபோடச் சொன்னார். வலை கிழியத்தக்கதாக இரண்டு படகுகள் நிரம்பத்தக்கதாக மீன்கள் பிடித்தனர். வலை கிழியத்தக்கதாக 153 பெரிய மீன்கள் பிடித்தனர். பேதுரு மூலம் ஊழியத்தை ஆரம்பித்தார், பேதுரு மூலமே ஊழியத்தை ஒப்படைத்தார். மனுஷரைப் பிடிக்கிறவராக்கினார். மேய்ப்பராகும்படி கட்டளை அளித்தார்.

ஒரு படகில் ஆரம்பித்த பிரசங்கம் சீடர்களுக்கு அழைப்பாக மாறி ஒலிவமலைப் பிரசங்கத்தில் தொடர்ந்து, ஒலிவமலையில் இரத்தத் துளிகளில் முடிந்தது. இவை எல்லாவற்றிலும் பேதுரு அவருடன் இருந்தார்.

'கர்த்தர் அருகில் வந்து சொன்னார், தச்சுப்பணிகூடார நிழலை விட்டு வெளியேறிய இயேசுவின் பாதங்கள், ரோமச் சிலுவையில் ஆணிகளால் கடாவப்படும் வரை ஓயாது. ஊனுடல் சார்ந்த தயக்கம் ஏற்பட்டாலும் அவரது

தெய்வீக மனதுருக்கம் அதனை மேற்கொள்ளும்' - மேக்ஸ்லுக்கேடோ

கலிலேயாவில் தொடங்கிய சீடரின் பயணமும், இயேசுவின் அழைப்பும் கலிலேயாவில் ஆரம்பித்து கலிலேயா கடற்கரையிலேயே தொடர்ந்தது. அவரது அழைப்பு நிறைவு பெறாது. God needs warriors and not worriers – Bro Stanley

கிரேக்கத்தில் வாழ்வைக் குறித்து இரண்டு வார்த்தைகள் பயன்படுத்தப்படுகின்றன. Bios என்றால் வாழ்நாளை உயிருடன் கழிப்பது. Zoe என்றால் முழுநிறைவுடன் வாழ்ந்து முடிப்பது.

A good surgeon knows how to operate. A better surgeon knows when to operate. But a best surgeon knows when not to operate – an English proverb.

கர்த்தர் தம் சித்தத்தை நிறைவேற்றிக் கொள்ள எப்பொழுது, எதை நிறைவேற்ற, எவரை அழைக்கிறாரோ அவரைப் பயன்படுத்திக்கொள்வார். அதுவே அவரது சித்தம்.

அவரது அழைப்பில் தான் எத்தனை வித்தியாசம்? மோசேயிற்கு கோல், தாவீதுக்கு கவண், சிம்சோனுக்குக் கிடைத்த தாடை எலும்பு, எலிசாவிற்கு கிடைத்த கோடரியின் தலை, யோனாவை விழுங்கிய பெரிய மீன்.

ஆனால், கிறிஸ்துவிற்குச் சிலுவையும் அவரது கல்லறையும். கிறிஸ்துவின் நெருங்கிய சீடரான பேதுருவிற்குப் படகு.

The life of Jesus is bracketed in by two impossibilities. A virgin's womb and an empty tomb. Jesus entered our world through a door marked 'No Entrance' and left through a door marked 'No Exit'. – Peter Larson

முதல் நற்செய்தி (first Christmas) அறிவிக்கப்பட்டபோது எந்த ஆவிக்குரிய தலைவருக்கோ, மதத்தலைவருக்கோ, எந்த ஆவிக்குரிய மனிதருக்கோ அறவிக்கப்படவில்லை.

கிறிஸ்துவின் பிறப்பின் நோக்கத்தை அறியாமல் யாருக்கும் நற்செய்தியை சொல்ல முடியாது.

யோவான் 1:29, இதோ கடவுளின் ஆட்டுக்குட்டி. ஆட்டுக்குட்டியான இவரே உலகின் பாவத்தைப் போக்குபவர். 10:9, நானே நல்ல மேய்ப்பன். ஆனால் அவர் உயிர்த்தெழுந்தபின் பேதுருவிடம் என் ஆடுகளை மேய்ப்பாயாக என்றார். அவரது ஆடுகளை மேய்க்க இறையியல் அறிந்திருக்க வேண்டுமா?

எல்லா விசுவாசியும் இறையியல் அறிந்தவர் அல்ல (கலாத்தியர் 4:9). எல்லா இறையியல் அறிந்தவரும் விசுவாசிகளல்ல (லூக்கா 11:52). இறையியல் என்பது என்ன? இறைவனை அறிவது. இறைவனை அறிவதற்கு மறு பெயர் என்ன? இயேசு கிறிஸ்து என்ன சொன்னார்?

யோவான் 17:3 ஒன்றான மெய்த்தேவனாகிய உம்மையும், நீர் அனுப்பினவராகிய இயேசு கிறிஸ்துவையும் அறிவதே நித்திய ஜீவன். இறைவனை அறிவதற்கு அறிவை விட ஞானம் தேவை.

நீதிமொழிகள் 9:10 கர்த்தருக்குப் பயப்படுதலே ஞானத்தின் ஆரம்பம். பரிசுத்தரின் அறிவே அறிவு.

அதன்படி வரம் யாருக்கு? வரம் எல்லாருக்கும் உண்டு. எபேசியர் 4:7 கிறிஸ்துவினுடைய ஈவின் அளவுக்குத் தக்கதாக நம்மில் அவனவனுக்குக் கிருபை அளிக்கப்படும். இந்த வரங்கள் யாரால் நடப்பிக்கப்படும்? ஒரே ஆவியானவர் நடப்பித்து தமது சித்தத்தின்படியே அவனவனுக்குப் பகிர்ந்து கொடுக்கிறார்.

Not only nine gifts. Holy spirit is neither stingy nor poor to give only nine gifts – Bro. Stanley, BYM.

வரங்களை எதற்காக கொடுக்கிறார்? பரிசுத்தவான்கள் சீர்பொருந்தும் பொருட்டு, சுவிசேஷ ஊழியத்தின்

வேலைக்காகவும், கிறிஸ்துவின் சரீரமாகிய சபையானது பக்திவிருத்தி அடைவதற்காக. எபேசியர் 4:12.

அதற்கான ஏற்பாடு என்ன?

சிலரை அப்போஸ்தலராகவும், சிலரைத் தீர்க்கதரிசிகளாகவும் சிலரைச் சுவிசேஷகராகவும், சிலரை மேய்ப்பராகவும் போதகராகவும் ஏற்படுத்தினார். எபேசியர் 4:13.

எது என் படகு?

><}}}}*> 00000 <*{{{{>

<

2. எந்தக் கல்லின் மேல் சபை?

சீமோன் பேதுருவின் சகோதரனாகிய அந்திரேயா, முதலாவது தன் சகோதரனாகிய சீமோனைக் கண்டு, மேசியாவைக் கண்டோம் என்று சொன்னான். மேசியா என்பதற்குக் கிறிஸ்து என்று அர்த்தமாம். பின்பு பேதுருவை இயேசுவினிடத்தில் கூட்டிக்கொண்டு வந்தான்.

கிறிஸ்துவை அறிமுகம் செய்து வைப்பது மிக முக்கியமான ஒன்று. அந்திரேயா தனது சகோதரனை இயேசுவிடம் அறிமுகம் செய்து வைத்தார். மொர்தேகாய் ஹாம் என்பவர் யார் என்று நம்மில் அநேகருக்குத் தெரியாது. ஆனால் பில்லி கிரஹாம் யார் என்றால் அனைவருக்கும் தெரியும். பில்லி கிரஹாம் அவர்களுக்கு கிறிஸ்துவை அறிவித்து சத்தியத்திற்கு வழிநடத்தியவர் தான் இந்த மொர்தேகாய் ஹாம்.

இயேசு அவனைப் பார்த்து, நீ யோனாவின் மகனாகிய சீமோன், நீ கேபா என்னப்படுவாய் என்றார். கேபா என்பதற்குப் பேதுரு என்று அர்த்தமாம்.

யோவான் 1:40-42

- கிரேக்கத்தில் பெட்ரோஸ் என்பது ஆண்பால்
- பெட்ரோஸ் என்றால் சிறிய கல் என்றும் பொருள்
- அரமேயத்தில் கேபா என்று கிறிஸ்து பேதுருவுக்குப் பெயர் சூட்டினார்
- மத்தேயு 16:18ன் கிரேக்க மொழிபெயர்ப்பில் உள்ள வசனம், ஆங்கிலத்திலுள்ள தெளிவான விளக்கமாக இல்லை. ஆனால் அதன் பொருள் எவ்விதமாக புரிந்து கொள்ளப்படுகிறது என்பதை நாம் அறிய வேண்டும்.
- "...you are Peter (petros) and upon this rock (petra) I will build My church..."

கிரேக்க மொழியின் பெயர்ச்சொற்களில் எப்போதும் ஆண்பால்/பெண்பால் குறிக்கப்பட்டிருக்கும். It is similar to the English words actor and actress. The first is masculine, and the second is feminine. (உதாரணமாக: நடிகர் நடிகை).

- அப்படியே கிரேக்கத்தில் பெட்ராஸ் என்பது ஆண்பால், பெட்ரா என்பது பெண்பால் ஆகும். பேதுருவாகிய மனிதனை பெட்ராஸ் என்று குறிப்பிடப்படுகிறார். ஆனால் இயேசு கிறிஸ்து இந்தக் கல்லின் மேல் என்று குறிப்பிடும் வார்த்தையில் பெட்ரா என்றே குறிப்பிட்டுள்ளார் என்பது ஆராய்ச்சியாளர்களின் கருத்து.
- Eg. the words "actor" and "actress:" "You are the actor; and with this actress, I will make my movie." இந்த நடிகருடன் இந்த நடிகையை சேர்த்து எனது படத்தில் நடிக்க வைக்கிறேன் என்று சொல்வது போலவே இதனை நாம் புரிந்து கொள்ள வேண்டும்.

அப்படியென்றால் இயேசு சொன்ன பெட்ரா என்கிற பெண்பால் எதனைக் குறிக்கும்? சபையைத் தானே? மணவாட்டியை அல்லவா?

Petra - Rock - **கன்மலை** (இச்சொல் கீழ்வரும் வசனங்களில்)

- மத்தேயு 27:60 தான் கன்மலையில் வெட்டியிருந்த
- உபாகமம் 32:18 ஜெனிப்பித்த கன்மலை
- சங்கீதம் 18:2 என் கன்மலை
- சங்கீதம் 18:46 என் கன்மலையானவர்
- ஆபகூக் 1:12 கன்மலையே
- 1 பேதுரு 2:7 பிரதான மூலைக்கல்
- உபாகமம் 32:4 அவர் கன்மலை
- 2 சாமவேல் 22:2 என் கன்மலை
- சங்கீதம் 18:31 தேவனேயன்றி கன்மலையும் யார்?
- ஏசாயா 17:10 பெலமாகிய கன்மலை
- 1கொரிந்தியர் 10:4 அந்தக் கன்மலை கிறிஸ்து

யோவான் 2:19 இந்த ஆலயத்தை இடித்துப் போடுங்கள், மூன்று நாளைக்குள்ளே இதை எழுப்புவேன். கன்மலையாகிய கிறிஸ்துவே, தன்னை இடித்துப்

போடுவார்கள் ஆனால் மூன்றாம் நாள் உயிர்த்தெழுவேன் என்று சொன்னார். அந்தக் கன்மலையாகியக் கல்லின்மேல் தான் சபையைக் கட்டுவேன் என்றார் என்பதே மறைபொருள்.

யாக்கோபு ஒரு கல்லை நட்டார். அதற்கு பெத்தேல் என்று பேரிட்டார் என்று வேதத்தில் வாசிக்கிறோம். கல் என்பது கொவிலோ கடவுளோ அல்ல. கோவில் என்பது கடவுளின் வீடு என்றே அவர் அழைத்தார். கோவில் என்பதன் பொருள் என்ன? கோ என்றால் அரசன். இல் என்றால் இல்லம். கோவில் என்றால் அரசன் வாழும் இல்லம் என்று பொருள். கடவுளை இறைவன் என்றாலும் அரசன் என்றே பொருள். திருக்குறளில் அரசனாகக் கடவுளை ‘கடவுள் வாழ்த்தில்’ திருவள்ளுவர் இறைவன் என்றே அழைக்கிறார். விவிலியத்தில் அபிஷேகம் செய்யப்படுகிறவர்கள் யார் என்பதை அறிகிறோம். அரசர், இறைவாக்கினர், ஆசாரியர் இவர்களே.

கிறிஸ்து என்பதற்கு அபிஷேகிக்கப்பட்டவர் என்பது பொருள். எண்ணெய் வார்க்கப்பட்டவர் என்பது நேர்ப் பொருள். அந்தக் கிறிஸ்துவை யோசேப்பு என்னும் தச்சனின் மகனாக மட்டுமே அறிந்திருந்த மக்கள் நடுவில் தமது சீடர்கள் எவ்விதம் தம்மை எவ்விதம் அறிந்து வைத்துள்ளார்கள் என்று அறிந்திடவே அவர்களிடம் தாம் யார் என்பதைக் கேட்டறிந்தார்.

மத்தேயு 16:13

- பரிசேயரின் உபதேசத்தைக் குறித்து எச்சரித்த பின்பு புளித்த மாவைக் குறித்துச் சொன்ன கிறிஸ்து
- தமது சீடரை நோக்கி (பன்னிருவரையும் நோக்கி)
- மனுஷகுமாரனாகிய என்னை (இயேசுவாகிய என்னை)
- மக்கள் (என்னை அறிந்தவரும் அறியாதவரும்)
- என்னை (மேசியாவாகிய என்னை)
- யார் என்று சொல்கிறார்கள் என்று கேட்டார்
- அவர்கள் (சீஷர்கள்) யோவான்ஸ்நானன், எலியா, எரேமியா அல்லது தீர்க்கதரிசிகளில் ஒருவர்.
- எல்லாமே தீர்க்கதரிசிகளின் பெயர்கள்.

- இயேசுவை முன்னறிவிக்க வந்த யோவான்ஸ்நானகனையும் சொன்னார்கள்.

சீடராகிய நீங்கள் என்னை யார் என்று சொல்லுகிறீர்கள்? என்று கேட்டார். இயேசு கிறிஸ்துவைக் குறித்து நம்முடைய அறிதல் என்ன? இந்த உலகத்தில் உள்ளவர்கள், அவரை அறிந்தவர்கள், அறியாதவர்கள், இப்படி யாராக இருந்தாலும் அவர்கள் என்னைப் பற்றி என்ன சொல்லுகிறார்கள் என்பது எனக்குக் கவலையில்லை, நீங்கள் என்னை யார் என்று அறிந்திருக்கிறீர்கள். என்னைக் குறித்த உங்களின் புரிதல் என்ன என்பதை அறிய விருப்பமுடையவராய் இருக்கிறேன்.

- பிரதியுத்தரமாக (உடனடியாக) Immediately
- சீமோன் பேதுரு (முந்திக்கொண்டு ஒருவராக)
- நீர் ஜீவனுள்ள கடவுளுடைய குமாரனாகிய
- Son of the Living God
- கிறித்து (மேசியா) என்றார்

இயேசு பேதுருவை நோக்கி, யோனாவின் குமாரனாகிய சீமோனே நீ பாக்கியவான் என்றார். இப்படிபட்ட சத்தியத்தை அறிந்திருப்பவர்கள் பாக்கியவான்கள். இப்படி பகிரங்கமாக அறிக்கையிடுகிறவர்கள் பாக்கியவான்கள். இந்த அரிதான சத்தியத்தை தெரிந்துவைத்திருப்பவர்கள் பாக்கியவான்கள். மேசியா அவர்தான் என்று அறிந்துகொண்டிருப்பவர் யாராக இருந்தாலும் அவர்கள் பாக்கியவான்கள்.

- மாம்சமும் இரத்தமும் (இது உடல் சார்ந்த உணர்வன்று)
- இதையுனக்கு (இந்த சத்தியத்தை)
- வெளிப்படுத்தவில்லை (உணரவைக்கவில்லை)
- நான் யார் என்பதை அறிந்து கொள்ள
- மாம்சமும் இரத்தமும் மட்டும் போதாது
- பரலோகத்திலிருக்கிற பிதா (கடவுள்)
- இதை (நான் தான் மேசியா என்ற இரகசியத்தை)
- உனக்கு வெளிப்படுத்தினார்
- ஊனுடலில் இருக்கும் உனக்கு
- ஊனுடலில் உருக்கொண்ட என்னை

✧ உணர்த்திக் காட்டினார்

இந்திய இலக்கியம் என்ன சொல்கிறது?

ஆகமங்கள் எங்கே அறுசமயம் தான் எங்கே
யோகங்கள் எங்கே உணர்வு எங்கே – பாகத்து
அருள்வடிவும் தானுமாய் ஆண்டிலனேல் அந்தப்
பெருவடிவை யார்அறிவார் பேசு – **திருக்களிற்றுப்படியார்**

ஆகமங்களாய் கூறப்படும் வேதநூல்கள், பலவுமாய் உள்ள மதங்கள், யோகாசனம் போன்ற வழிபாடுகளை மேற்கொள்ளும் மனிதர் தாங்கள் அடையும் சுயஉணர்வால் எந்தப் பயனும் இல்லை.

இறைவன் தனது திருவருட்சக்தியுடனே இணைந்து (பாகத்து அருள்வடிவும் தானுமாய்) மனிதரைத் (ஆன்மாவை) தேடி வந்து ஆண்டுகொள்ளாமல், அவருடைய பெருவடிவத்தை (அவர் யார் என்பதை) யார் அறிய முடியும் (பெருவடிவை யார் அறிவார் பேசு) என்று பொருள்.

மனிதகுலத்தை மீட்க மாந்தனாய் அவதரித்த இறைமகனாம் இயேசு கிறிஸ்துவை அறிந்து கொள்ள அவர் நம்மை ஆட்கொள்ள வேண்டும். அதற்கு நம் பற்றுறுதியால் இடம் அளிக்க வேண்டும்.

இந்தக் கல்லின் மேல்

கர்த்தர் சீஷரிடம் தம்மைக் குறித்துக் கேட்டதற்கு உடனே பேதுரு பதிலளித்த பின்பே சபையைக் கட்டும் கல்லைக் குறித்துப் பேசுகிறார். இதிலுள்ள ஆழமான சத்தியம் என்ன என்பதை நாம் அறியவேண்டிய அவசியம் உள்ளது.

✧ மத்தேயு 16:18
✧ மேலும் நான் உனக்குச் சொல்லுகிறேன்
✧ நீ பேதுருவாய் இருக்கிறாய்
✧ இந்தக் கல்லின்மேல்
✧ என் சபையைக் கட்டுவேன்

வேத அறிஞர்களின் விளக்கமும், திருவிவிலிய வசனங்களின் அடிப்படையில் நாம் பெற்றுக் கொள்ளும் புரிதலையும் நாம் தியானித்துப் பார்ப்போம்.

- எபேசியர் 2:20
- அப்போஸ்தலர் தீர்க்கதரிசிகளுடைய அஸ்திபாரத்தின் மேல் கட்டப்பட்டவர்களுமாயிருக்கிறீர்கள். அதற்கு இயேசு கிறிஸ்து தாமே மூலைக்கல்லாயிருக்கிறார்.
- இந்தக் கல்லின்மேல் : அப்போஸ்தலனாகப் போகும் உன்னுடைய விசுவாசம் என்னும் அடித்தளத்தின் மேல் என்று பொருள் விளங்கும்.
- வெளிப்படுதின விசேஷம் 21:14
- நகரத்தின் மதிலுக்குப் பன்னிரண்டு அடித்தளக் கற்களிருந்தன.
- அவைகள்மேல் ஆட்டுக்குட்டியானவருடைய
- பன்னிரண்டு அப்போஸ்தலரின் பன்னிரண்டு நாமங்கள் பதிந்திருந்தன.
- 1கொரிந்தியர் 3:11
- போடப்பட்டிருக்கிற அஸ்திபாரமாகிய
- இயேசு கிறிஸ்துவை அல்லாமல்
- வேறே அஸ்திபாரத்தைப் போட ஒருவனாலும் கூடாது

மேற்கண்ட திருவசனங்களின் ஆழ்ந்த இரகசியங்களை தியானித்துப் பார்த்தோமானால் கிறிஸ்து சொன்னது எந்தக் கல் என்பதை நாம் விளங்கிக்கொள்ள முடியும்.

என் சபையைக் கட்டுவேன்

1கொரிந்தியர் 12:12 உறுப்புகள் அநேகமாயிருந்தும் உடல் ஒன்று

1கொரிந்தியர் 12:14 சரீரம் அநேக அவையங்கள் உடையதாயிருக்கிறது

1கொரிந்தியர் 12:27 கிறிஸ்துவின் சரீரமாயும் தனித்தனியே அவயங்களுமாய் இருக்கிறீர்கள்

மத்தேயு 7:24 நான் சொல்லிய வார்த்தைகளைக் கேட்டு இவைகளின்படி செய்கிறவன் எவனோ அவனைக் கன்மலையின் மேல் தன் வீட்டைக் கட்டின புத்தியுள்ள மனுஷனுக்கு ஒப்பிடுவேன்

ரோமர் 12:5 அநேகராகிய நாமும் கிறிஸ்துவுக்குள் ஒரே உடல்

எபேசியர் 4:4 ஒரே சரீரம் ஒரே ஆவி

எபேசியர் 4:15-16 தலையாகிய கிறிஸ்து. அவராலே உடல் முழுதும் பக்திவிருத்தி உண்டாக்குகிறதற்கு ஏதுவான உடல் வளர்ச்சியை உண்டாக்குகிறது.

ரோமர் 8:11 சாவுக்கேதுவான சரீரம் (உடல்) உயிர்ப்பிக்கப்படும்

சபை என்பது உடல் என்றால் அது மரணத்தை மேற்கொள்ளாது. மத்தேயு 16:18 மரணம் அதை (சபையை) மேற்கொள்வதில்லை.

பாதாளத்தின் வாசல்கள். In Hebrew Sheol. In Greek Hades. மேற்கொள்வதில்லை (மரணம் என்பது இல்லை)

ரோமர் 6:9 மரணம் இனி அவரை ஆண்டு கொள்வதில்லை

யோவான் 14:19 நான் பிழைக்கிறபடி நீங்களும் பிழைப்பீர்கள் (உயிர்த்தெழுவீர்கள்) Because I live, ye shall live also.

பரலோகராஜ்யத்தின் (இறையரசின்) ரோமர் 14:17 (புசிப்பும் குடிப்பும் அல்லாத, நீதியும் சமாதானமும் பரிசுத்த ஆவியினாலுண்டான சந்தோஷம்)

திறவுகோல்களை யோவான் 6:68 (நித்திய ஜீவ வசனங்கள்)

நான் உனக்குத் தருவேன் யோவான் 15:7 (நீங்கள் என்னிலும் என் வார்த்தைகள் உங்களிலும்

நிலைத்திருந்தால் நீங்கள் கேட்டுக்கொள்வதெதுவோ)

வெளி 1:18 நான் மரணத்திற்கும் பாதாளத்திற்கும் உரிய திறவுகோல்களை உடையவராயிருக்கிறேன்
மத்தேயு 23:12-13 பரலோக ராஜ்யத்தைப் பூட்டுகிறவர்கள் (தன்னைத் தாழ்த்துகிறவன் உயர்த்தப்படுவான் தன்னை உயர்த்துகிறவன் தாழ்த்தப்படுவான்)

பூலோகத்திலே நீ கட்டுகிறது எதுவோ அது பரலோகத்திலும் கட்டப்படும்.

மத்தேயு 18:14-20

பூலோகத்தில் ஒருவனாகிலும் கெட்டுப்போவது பிதாவின் சித்தமல்ல (யோவான் 3:16)

பூலோகத்திலே நீ கட்டவிழ்ப்பது எதுவோ அது பரலோகத்திலும் கட்டவிழ்க்கப்படும்.

அந்தத் திறவுகோல் இயேசு கிறிஸ்து **ஏசாயா 22:22**
கடவுள் கிறிஸ்துவை மரண உபாதிகளின் கட்டை அவிழ்த்து உயிர்த்தெழச் செய்தார் **அப்போஸ்தலர் 2:24**

கட்டுவது கட்டவிழ்ப்பது குறித்த மாற்றுக் கருத்து:

யூதப் பாரம்பர்யத்தில் (வழக்கில்) கட்டுதல் (binding) என்ற வார்த்தை கட்டுப்பாடு, எல்லை என்ற பொருளிலும், அவிழ்க்குதல் (loosen) என்ற வார்த்தை விடுதலை, அனுமதி என்ற பொருளிலும், தேசத்தின் சட்டம் சார்ந்த செயல்முறைகளில் பயன்படுத்தப்பட்டு வந்தது.

முதலாம் நூற்றாண்டில் வாழ்ந்த ஜோச.ஃ.பஸ் (Flavius Josephus) கூறும் எடுத்துக்காட்டு:

எருசலேமை ஆட்சி செய்த அலெக்ஸான்டிரியா ராணியின் காலத்தில், பரிசேயர்கள் பொது நிகழ்வுகளின் ஆளுமைப் பொறுப்பினைப் பெற்றவர்களாகவும், தங்களுக்கு வேண்டியவர்களைக் கட்டுப்பாட்டில் வைக்கவும் விடுதலை செய்யவும் அதிகாரம் பெற்றிருந்தனர் (Jewish War 1:110).

இயேசு கிறிஸ்து சாத்தானையோ (satan பாவத்தின் தலைவன்) பிசாசையோ (devil சாத்தானின் தூதன்) கட்டுவதை அவிழ்ப்பதைக் கூறவில்லை என்றும் பரிசேயரின் இந்தச் செயலைக் குறித்தே குறிப்பிட்டார் என்றும் கூறுகிறார். கிறிஸ்து தமது சீடர்களுக்கு தங்களது சமூகத்தின் செயல்களில் யூத வழக்கத்தின்படியே இப்படிப்பட்ட அதிகாரத்தைக் கொடுத்ததாகக் குறிப்பிடுகிறார். (இங்கு சிறைப்பட்டவர்களையே கட்டப்பட்டவர்களாய் வசனத்தில் நூலாசிரியர் குறிப்பிடுகிறார் எபிரேயர் 13:3)

நாம் எப்பொழுதும் நமக்கு நீதிபதியாகவும் அடுத்தவருக்கு வழக்கறிஞராகவும் இருக்கிறோம். மாற்றிப் பார்த்தோமானால் சமாதானம் நமக்கே தீர்ப்பாயிருக்கும்.

பேதுரு தன்னைத் தாழ்த்தியவர் அது மாத்திரமல்ல அவர் யாருக்காகத் தமது நிருபங்களை எழுதினார் என்பதையும் நாம் உணர வேண்டும்.

1பேதுரு இயேசு கிறிஸ்துவின் அப்போஸ்தலனாகிய
பேதுரு 1:1 2பேதுரு 1:1 இயேசு கிறிஸ்துவின்
ஊழியக்காரன்
அப்போஸ்தலர் 3:6 இயேசு கிறிஸ்துவின் நாமத்தினாலே
அப்போஸ்தலர் 3:16 அவருடைய நாமத்தைப்பற்றும்
விசுவாசத்தினாலே அவருடைய நாமமே பெலப்படுத்தினது
அப்போஸ்தலர் 2:38 இயேசு கிறிஸ்துவின் நாமத்தினாலே
ஞானஸ்நானம்
1 பேதுரு 2:4 விலையேறப்பெற்ற ஜீவனுள்ள கல்லாகிய
அவரிடத்தில் வந்து சேர்ந்தவர்களாகிய
1 பேதுரு 2:5 நீங்கள் உயிருள்ள கற்களைப்போல
ஆவிக்கேற்ற மாளிகையாகவும், பரிசுத்த ஆசாரியக்
கூட்டமாகவும் கட்டப்பட்டு வருகிறீர்கள்

சபை - ஒரே சரீரம் - One body

The word “church” comes from the Greek word “Ekklesia” (ekk- வெளியே lesia-**அழைக்கப்பட்டவர்கள்)** which is defined as “an assembly” or “called-out ones.”

The root meaning of “church” is not that of a building, but of people. சபை என்பது கட்டடம் அன்று கிறிஸ்துவின் மக்கள். ரோமர் 16:5 வீட்டிலே கூடியதும் சபையாகவே எண்ணப்பட்டது.

கிறிஸ்துவின் சரீரம்

ரோமர் 12:5 கிறிஸ்துவுக்குள் ஒரே சரீரம். அநேகராகிய நாம் கிறிஸ்துவுக்குள் ஒரே சரீரம். ஒவ்வொருவரும் அல்ல ஒருவருக்கொருவர் அவயவங்களாயிருக்கிறோம்.

எபேசியர் 4:12 நற்செய்தி ஊழியத்தின் வேலைக்காகவும் சரீரம் பக்திவிருத்தி அடைவதற்காகவும். 4:15-16 தலையாயிருக்கிற கிறிஸ்துவுக்குள் எல்லாவற்றிலும்.

1கொரிந்தியர் 10:16-17 அநேகராகிய நாம் ஒரே அப்பமும் ஒரே சரீரமுமாயிருக்கிறோம். 12:27 கிறிஸ்துவின் உடலில் நாம் அவருக்கு தனித்தனியே அவயவங்கள்தான். ஆனால் நமக்குள் ஒருவருக்கொருவர் அவயவங்களாய் இருக்கிறோம். எபிரேயர் 13:3 அன்பினாலே பக்திவிருத்தி அடைய எபேசியர் 5:23 அவரே சபைக்குத் தலை, அவரே சரீரத்தின் இரட்சகர்.

எபிரேயர் 10:5 பலியையும் காணிக்கையையும் நீர் விரும்பவில்லை. ஒரு சரீரத்தை எனக்கு ஆயத்தம் பண்ணினீர்.

சங்கீதம் 40:6 பலியையும் காணிக்கையையும் நீர் விரும்பாமல் என் செவிகளைத் திறந்தீர். செவிகள் என்பது உடல் என்று புதிய ஏற்பாட்டில் மொழிபெயர்ப்பு செய்யப் பட்டிருக்கிறது.

எபேசியர் 1:22-23 எல்லாவற்றையும் எல்லாவற்றாலும் நிரப்புகிறவருடைய நிறைவாகிய சரீரமான சபைக்கு அவரை (கிறிஸ்துவை) எல்லாவற்றிற்கும் மேலான தலையாகத் தந்தருளினார்.

1 கொரிந்தியர் 12:12-27 அநேகரான நாம் ஒரே சரீரமாயிருப்பது போல கிறிஸ்துவும் இருக்கிறார். நாம்

எல்லாரும் ஒரே ஆவியினாலே ஒரே சரீரதிற்குள்ளாக ஞானஸ்நானம் பண்ணப்பட்டு தாகந்தீர்க்கப்பட்டோம்.

18 தமது சித்தத்தின்படி அவயவங்கள் ஒவ்வொன்றையும் சரீரத்திலே வைத்தார். 19 அவையெல்லாம் ஒரே அவயவமாயிருந்தால் சரீரம் எங்கே?

25 சரீரத்திலே பிரிவினையுண்டாயிராமல், அவயவங்கள் ஒன்றைக் குறித்து ஒன்று கவலையாய் இருக்கும்படிக்கு, தேவன் கனத்தில் குறைவுள்ளதற்கு அதிக கனத்தைக் கொடுத்து இப்படிச் சரீரத்தை அமைத்திருக்கிறார். ஒரு அவயவம் பாடுபட்டால் எல்லா அவயவங்களும் கூடப் பாடுபடும். ஒரு அவயவம் மகிமைப்பட்டால் எல்லா அவயவங்களும் கூடச் சந்தோஷப்படும்.

ஆதித்திருச்சபை

புதிய ஏற்பாட்டின் பதிவின்படி ஆதித் திருச்சபையின் காலம் கிபி 30 – 90 வரை இருக்கும் என்று தீர்மானிக்கப்படுகிறது. 2-ம், 3-ம், 4-ம் நூற்றாண்டுகளின் சரித்திரத்தின் பதிவுகளின் மூலம் ரோமக் கத்தோலிக்கரின் நம்பிக்கைகள் ஆதிக்கிறித்தவர்களிடம் நடைமுறைப்படுத்தப் பட்டிருந்தது தெரியவருகிறது. ஆனால் 2-ம், 3-ம், 4-ம் நூற்றாண்டுகளில் இருந்தவர்கள் ஆதிக்கிறிஸ்தவர்கள் அல்லர்.

ஏனென்றால் புதிய ஏற்பாடு ரோமக் கத்தோலிக்க முறைமையை போதிக்கவில்லை. அப்படியெனில் 2-ம், 3-ம், 4-ம் நூற்றாண்டுகளின் திருச்சபைகள் ரோமக் கத்தோலிக்க அடையாளங்களை வெளிப்படுத்துவதன் காரணம் என்ன? மிக எளிதாக விடையளிக்க வேண்டுமென்றால், 2-ம், 3-ம், 4-ம் நூற்றாண்டுகளில் அதனைப் பின் பற்றி வந்த திருச்சபைகளிலும் புதிய ஏற்பாட்டின் முழுமையான புத்தகம் இருந்ததில்லை என்பதாகும்.

புதிய ஏற்பாட்டின் ஒரு சில புத்தகங்களை மட்டுமே வைத்திருந்த சபைகளுக்கு, கிபி 1440-ல் அச்சு இயந்திரம் கண்டுபிடிக்கப் படும்வரையில், முழுமையான புதிய ஏற்பாடோ வேதாகமமோ கிடைக்கப் பெறவில்லை.

Greatness of a Church is not in her seating capacity but in her sending capacity – Mike Stachura

மூலைக்கல் என்பது யாது?

மூலைக்கல் என்பது ஒரு முழுக்கட்டிடத்தின் கட்டுமான அமைப்பிற்கு ஆதாரக் கல்லாய் இருப்பது. கிறிஸ்துவே மூலைக்கல் என்றால் பேதுருவும் மூலைக்கல்லாக முடியுமா?

- மாற்கு 12:10-11
- வீடு கட்டுகிறவர்கள் ஆகாதென்று தள்ளின கல்லே மூலைக்குத் தலைக்கல்லாயிற்று. அது கர்த்தராலே ஆயிற்று, அது நம்முடைய கண்களுக்கு ஆச்சரியம்.
- ஏசாயா 28:16 அஸ்திபாரமான கல் சீயோனில்
- 1பேதுரு 2:6 விலையேறப்பெற்ற கல் சீயோனில்
- ரோமர் 9:32-33 இடறுதற்கான கல் சீயோனில்

இடறுதற்கான கல்லையும், தவறுதற்கான கன்மலையையும் சீயோனிலே வைக்கிறேன். அவரிடத்தில் விசுவாசமாய் இருப்பவன் எவனோ அவன் வெட்கப்படுவதில்லை.

ஆகாதென்று தள்ளப்பட்ட கல்லே மூலைக்குத் தலைக்கல்லாயிற்று. "The stone" is the foundation-stone of the temple laid by Zerubbabel. He was enabled 'by the Spirit of the Lord' to 'bring forth the head stone thereof with shoutings. Grace, grace, unto it' (சகரியா 3:9 4:6 எஸ்றா 3:10-13; 4:1-9).

மேசியாவே அந்த ஆகாத கல், பிதாவானவர் அதனை ஆவிக்குரிய ஆலயமாகிய திருச்சபையில் வைத்தார். Messiah is the antitypical "stone," (ஏசாயா 28:16; Eph எபேசியர் 2:20) உலகத்தால் நிராகரிக்கப்பட்டது, விசுவாசிப்பவரால் ஏற்றுக் கொள்ளப்பட்டது (1பேதுரு 2:6-

7) first foretold by Jacob, ஆதியாகமம் 49:24, "the stone of Israel."

செருபாபேல் பாபிலோனிலிருந்து வந்து யூதாவை ஆண்ட தலைவன் (ஆகாய் 1:1 2:2). கர்த்தருடைய ஆலயத்தை மீண்டும் கட்ட அஸ்திபாரம் போட்டவர். இயேசு கிறிஸ்துவின் முன் சந்ததியின் வரிசையில் செருபாபேல் இடம் பெற்றார் (மத்தேயு 1:12-13).

கிறிஸ்து பேதுருவுக்கு சொன்னதுபோலவே செருபாபேல் மக்களுக்கு சொன்னார் (ஆகாய் 2:3-4, 9). செருபாபேலின் கையில் இருக்கிற தூக்கு நூலைப் பார்க்கிறது சகரியா 4:10. செருபாபேல் தலைக்கல்லை கொண்டு வருவான் சகரியா 4:7. செருபாபேல் இயேசு கிறிஸ்துவிற்கு முன்னுதாரணமாகவும், கர்த்தரின் முத்திரை மோதிரமாகவும் எண்ணப்படுகிறார் (ஆகாய் 2:20-23). சாலமோன் கட்டிய தேவாலயத்தில் இயேசு கிறிஸ்து கால்பதிக்கவில்லை ஆனால் செருபாபேல் கட்டிய ஆலயத்தில் பிரவேசித்தார்.

மனுஷரால் தள்ளப்பட்டதாயினும் 1 பேதுரு 2:4 மேசியாவாய் ஏற்கப்படாமல் புறக்கணிக்கப்பட்டார். அப்போஸ்தலர் 4:11 நாசரேத்தின் இயேசுவே கல். வீடுகட்டுகிறவர்கள் யூத தலைவர்கள் அற்பமாய் எண்ணப்பட்டது சிலுவையில்.
தலைக்கல் என்பது உயிர்த்தெழுதல்.

மத்தேயு 21:42-44 ஆகாதென்று தள்ளின மூலைக்கல்
மாற்கு 6:6 தன் ஊர், தன் இனம், தன் வீட்டில் கனவீனம்
அப்போஸ்தலர் 4:12 அற்பமாய் எண்ணப்பட்ட தலைக்கல்

எபேசியர் 2:21-22 அவர் மேல் மாளிகை முழுவதும் இசைவாய் இணைக்கப்பட்டு கர்த்தருக்குள் பரிசுத்த ஆலயமாய் எழும்புகிறது நீங்களும் ஆவியினாலே தேவனுடைய வாசஸ்தலமாகக் கூட்டிக் கட்டப்பட்டு வருகிறீர்கள்.

இயேசு கிறிஸ்துவாகிய மூலைக்கல் எபேசியர் 2:20
அவ்வீடு கடவுளின் வீட்டிற்கு சத்தியத்தூண் ஆகும் 1தீமோத்தேயு 3:15

கடவுளின் குமாரனாகிய கிறிஸ்து மத்தேயு 16:13-18
கிறித்தவராகிய ஜீவகற்கள் 1பேதுரு 2:5
அப்போஸ்தலராகிய அஸ்திபாரம் எபேசியர் 2:20

1கொரிந்தியர் 6:19 உங்கள் சரீரம் பிரிசுத்த ஆவியின் ஆலயம்.

சித்தர் இலக்கியம் என்ன சொல்கிறது?

கட்டையாற் செய்தேவரும் கல்லினாற் செய்தேவரும்
மட்டையாற் செய்தேவரும் மஞ்சளாற் செய்தேவரும்
சட்டையாற் செய்தேவரும் சாணியாற் செய்தேவரும்
வெட்டவெளி ஏதன்றி வேறு தெய்வம் இல்லையே
-சிவவாக்கியர் பாடல்

கட்டையால், கல்லினால், மட்டையினால், மஞ்சளால் மற்றும் சட்டையாலும் சாணியாலும் செய்யப்படுபவை எல்லாம் தெய்வங்கள் அல்ல. வெட்டவெளியாய் உருவமற்று உள்ளவரே தெய்வம் அவரையல்லாமல் வேறு தெய்வம் அல்ல என்று பொருள்.

யோவான் 3:8 இயேசு கிறிஸ்துவை நிக்கோதேமு சந்தித்தபோது, காற்றானது தனக்கு இஷ்டமான இடத்திலே வீசுகிறது, அதின் சத்தத்தைக் கேட்கிறாய், ஆகிலும் அது இன்ன இடத்திலிருந்து வருகிறதென்றும், இன்ன இடத்துக்குப் போகிறதென்றும் உனக்குத் தெரியாது. ஆவியினால் பிறந்தவனெவனோ அவனும் அப்படியே இருக்கிறான் என்று பதிலளித்தார். பேதுருவும் கிறிஸ்துவிடம் அவர் கடவுளின் குமாரனாகிய கிறிஸ்து என்று ஆவியினால் பிறந்தவராய் பதிலளித்தார்.

What means, Upon this rock I will build my Church? Upon this faith; upon this that has been said, You are the Christ, the Son of Living God. Upon this rock, says He will build my Church – Augustine, renowned theologian.

ஆவியின்படி நடக்கிறவர்கள் ஆவிக்குரியவைகளைச் சிந்திக்கிறார்கள், ரோமர் 8:5. பேதுரு ஆவிக்குரிய சிந்தை கொண்டு அளித்த பதில் தான், நீர் ஜீவனுள்ள கடவுளின் குமாரனாகிய கிறிஸ்து. தாம் கடவுளின் குமாரன் என்பதாலும் அவர் யோனாவின் குமாரனாகிய சீமோனே நீ

பாக்கியவான் என்று பதிலளிக்கையில், மாம்சமும் இரத்தமும் இதை உனக்கு வெளிப்படுத்தவில்லை, பரலோகித்திலிருக்கிற என் பிதா இதை உனக்கு வெளிப்படுத்தினார். மேலும், நான் உனக்குச் சொல்லுகிறேன், நீ பேதுருவாய் இருக்கிறாய். இந்தக் கல்லின்மேல் (நீ கூறிய பதிலின்படியுள்ள விசுவாசம் என்னும் கல்லின்மேல்) என் சபையைக் கட்டுவேன் என்றார்.

Since he had said, *Son of God*, to point out that He is so Son of God, as the other son of Jonas, of the same substance with Him that begat Him, therefore He added this, *And I say unto thee, Thou art Peter, and upon this rock will I build my Church*; that is, on the faith of his confession – John Chrysostom, Early Church Father and an archbishop of Constantinople.

இலக்கு என்பது நாம் அடைவது மட்டுமல்ல அது நம்மை சேர்வது என்றும் கொள்ளலாம். எவரெஸ்ட் சிகரத்தைத் தொட டென்சிங் அவர்கள் 22 முறை தோல்விகளைச் சந்தித்தார். 23-வது முறை அவர் வெற்றி பெறுவதற்கு எது காரணம் என்றால் அவரது விடாமுயற்சி. ஏனென்றால் அவர் தான் தினமும் முகம் பார்க்கும் கண்ணாடியில் மேல் ஒரு வாசகம் எழுதி வைத்திருந்தாராம். அந்த வாசகம் இதுவே.

“Never rest until you reach the Everest”

Which is my Boat?

><}}}}*> 00000 <*{{{{><

3. பேதுருவும் கற்களும்

பேதுரு விளக்குகின்ற கற்கள் எவ்விதமாய் நமக்கு அவரது முதலாம் நிருபத்தில் சொல்லப்படுகின்றது என்று அறியலாம்.

பேதுருவின் முதலாம் நிருபத்தினைப் புதிய ஏற்பாட்டின் யோபு நூலாக அழைக்கலாம் என்று சில வேத ஆராய்ச்சியாளர் குறிப்பிடுகின்றனர். இந்தக் கடிதமானது புதிய ஏற்பாட்டின் இறையியலை விளக்குவதாக உள்ளது. மந்தையைக் காத்து வழிநடத்தும் மேய்ப்பரின் ஊழியத்தை மையப்படுத்துகிறது. கிறிஸ்துவின் உபதேசங்களை ஆதித் திருச்சபையின் வழி நடத்துதலுக்கு வலியுறுத்துவதாகவும் உள்ளது. அதோடு கூட பழைய ஏற்பாட்டின் வார்த்தையினைச் சமகாலத்தில் நடைமுறைப்படுத்தும் வகையிலும் போதிப்பதாக உள்ளது. கிறித்தவ வாழ்விற்கான பயனுள்ள வழிமுறைகளையும் உபதேசிப்பதாக எழுதப்பட்டுள்ளது. அநீதியான பாடுகளின் மத்தியிலும் விசுவாசிகள் எவ்வாறு நலமுடன் வாழ்வது என்பதை விளக்கி வலியுறுத்துவதாகவும் உள்ளது.

இந்நிருபம் உபத்திரவப்பட்டுச் சின்ன ஆசியாவில் (Asia Minor) வாழ்ந்து வந்த கிறித்தவர்களுக்காக எழுதப்பட்டது என்று இந்நூலின் முதலாம் வசனமே விளக்குவதாக உள்ளது. கிறிஸ்துவின் நாமத்தின் நிமித்தம் உபத்திரவப் படுகிறவர்கள் பரிசுத்த ஆவியினால் தூய்மைப்படுகிறார்கள் என்பதை அச்சமூகத்திற்குப் பேதுரு அறிவுறுத்துவதைக் காணலாம். இரண்டாம் வசனம் அவர்கள் யாரென்பதைத் தமது வாழ்த்துச் செய்தியுடன் அவர்களுக்கே அறிவிப்பதாக உள்ளது.

- பிதாவாகிய கடவுளின் முன்னறிவின்படி
- ஆவியானவரின் பசுத்தமாக்குதலினால்
- கீழ்ப்படிதலுக்கும்
- இயேசு கிறிஸ்துவினுடைய
- இரத்தந்தெளிக்கப்படுதலுக்கும்
- தெரிந்துகொள்ளப்பட்ட
- பரதேசிகள்

இந்தக் கடிதம் பாபிலோனிலிருந்து எழுதுவதாகப் பேதுரு குறிப்பிடுவதை நாம் காணலாம். ரோமாபுரியிலிருந்து அவர் எழுதுவதை (1பேதுரு 5:13) உவமையாய்க் குறிப்பிடுகிறார்.

பேதுருவின் மரணம்

நீரோ மன்னனின் கொடுங்கோல் ஆட்சியில் கிறித்தவர்கள் அதிகமாகவே துன்புறுத்தப்பட்டனர். கி.பி. 64ல் பேதுரு நீரோ மன்னனால் கொல்லப்பட்டார் என்பது வரலாற்றுச் செய்தி. ஒரு சமயம் நீரோ தாமே ரோம் நகரத்தை தீயிட்டுக் கொளுத்த ஆணையிட்டு விட்டு அந்தப் பழியைக் கிறித்தவர்கள் மேல் சுமத்தி அவர்களைச் சிறையிட்டு சித்திரவதை செய்ததாகவும் செய்தி யுண்டு.

1பேதுரு 4:16 ஒருவன் கிறிஸ்தவனாயிருப்பதினால் பாடுபட்டால் வெட்கப்படாமலிருந்து அதினிமித்தம் கடவுளை மகிமைப்படுத்தக்கடவன். இது இந்த நிகழ்வின் அடிப்படை.

Diamond is best seen set against black velvet. God's grace is seen in our dark situation.

சோதனையினால் துக்கப்படுகிறவர்களுக்கு அவரது ஊக்க உபதேசம் எவ்விதமாய் உள்ளது என்பதைச் சிந்திப்போம்.

1பேதுரு 1:7

அழிந்துபோகிற பொன்
அதைப்பாரக்கிலும் அதிக விலையேறப்பெற்ற விசுவாசம்
அக்கினியினாலே சோதிக்கப்படும்
இயேசு கிறிஸ்து வெளிப்படும்போது
புகழ்ச்சியும் கனமும் மகிமையும் உண்டாகக் காணப்படும்

இதில் நாம் புரிந்துகொள்ளவேண்டிய மறைபொருள் என்ன?

இந்த வசனம் விசுவாசத்தைப் பொன்னுடன் ஒப்புமை செய்து எழுதப்பட்டுள்ளது. இந்த ஒப்புமையை நாம் எவ்விதமாக அறிய முற்படுகிறோம் என்றால் பொன்னைக்

காட்டிலும் விசுவாசம் விலையேறப்பெற்றது என்றே. ஆனால் நாம் சோதனையின் கோணத்தில் பார்க்கும்போது அதனை அக்கினியுடன் ஒப்பிடுகிறார் பேதுரு. நாம் இதன் மூலம் அறியவேண்டிய கண்ணோட்டம் என்ன?
பொன்னைச் சோதிக்க எரியூட்டும் அக்கினிக்கும் (நெருப்பிற்கும்) விசுவாசத்திற்கு அக்கினியான (நெருப்பான) சோதனைக்குமுள்ள வித்தியாசத்தைக் கணக்கிடுகிறோமா? பொன்னிற்கான நெருப்பைவிட விசுவாசத்திற்கான நெருப்பு அதிகமாகவல்லவா இருக்க முடியும்? ஏனென்றால் விசுவாசம் பொன்னைக்காட்டிலும் அதிக விலையேறப்பெற்றதல்லவா?

தெரிந்துகொள்ளப்பட்டதும் விலையேறப்பெற்றதுமாயிருக்கிற மூலைக்கல்லான கிறிஸ்துவின்மேல் விசுவாசமாயிருக்கிற நமக்கு அவர் விலையேறப்பெற்றவர் (1பேதுரு 2:7).

அந்த விசுவாசத்தின் பலனாகப் பெறுவது ஆத்தும இரட்சிப்பு (1பேதுரு 1:9). கிறிஸ்துவானவரும் நமக்காகப் பாடுபட்டு நாம் அவருடைய அடிச்சுவடுகைத் தொடர்ந்து வரும்படி நமக்கு மாதிரியைப் பின்வைத்துப்போனார் (1பேதுரு 2:21).

நாம் நன்மை செய்கிறதினாலே புத்தியீன மனுஷருடைய அறியாமையை அடக்குவது கடவுளின் சித்தமாயிருக்கிறது என்றும், நாம் சுயாதீனமுள்ளவர்களாக இருந்தும் நமது சுயாதீனத்தைத் துர்க்குணத்திற்கு மூடலாகக் கொண்டிராமல் கடவுளுக்கு அடிமைகளாயிருக்க வேண்டும் (1பேதுரு 2:15).

இதைத்தான் அவர் மாதரியாய் பின்வைத்துப் போனார் என்று காண்கிறோம். எபிரேயர் 12:2-3 அவர் தமக்கு முன்பாக வைத்திருந்த மகிழ்வின்பொருட்டு, அவமானத்தை எண்ணாமல் சிலுவையைச் சகித்துக்கொண்டார். ஆகையால் நாம் இளைப்புள்ளவர்களாய் நமது ஆத்துமாக்களில் சோர்ந்து போகாதபடிக்கு, அவருக்கு விரோதமாய்ப் பாவிகளாலே செய்யப்பட்ட விபரீதங்களைச் சகித்த இயேசு கிறிஸ்துவை நினைத்தே வாழ வேண்டும்.

மனிதரைக் கட்டியிழுக்கும் அன்பின் கயிற்றினை அறுத்தது யார்? இருகனிகள் இருக்க அறிவுக்கனி காட்டி உயிர்க்கனி பறித்தது யார்? - வியாசர் லாரன்ஸ்.

சங்கீதம் 18:2 கர்த்தராகிய கன்மலை நாம் நம்பியிருக்கும் துருகம், கேடகம், உயர்ந்த அடைக்கலம். அவர் நம்மை விசாரிக்கிறவரானபடியால் நமது கவலைகளையெல்லாம் அவர்மேல் வைத்துவிட வேண்டும் (1பேதுரு 5:7).

Stress converts all as emergency. Faith converts every situation as emergency exit.

Today - Present suffering. Tomorrow - Greater blessing.

இயேசு கிறிஸ்து என்னும் அந்தக் கல்லே கன்மலை.

திருவசனத்திற்கு கீழ்ப்படியாதவர்கள் அந்தக் கல்லினால் இடறுவதற்கும் விழுவதற்கும் ஏதுவாகிறார்கள் (1பேதுரு 2:8).

1 பேதுரு 1:24-25 மாம்சமெல்லாம் புல்லைப் போல மனுஷருடைய மகிமையெல்லாம் புல்லின் பூவைப்போல, புல் உலர்ந்து பூ உதிரும், கர்த்தருடைய வசனமோ என்றும் நிலைத்திருக்கும் சுவிசேஷமாய் அறிவிக்கப்பட்டு வருகிற வசனம் இதுவே. வசனத்தைப் பற்றிக் குறிப்பிட்டுவிட்டு, அந்த வார்த்தையானவர் எப்படிப்பட்ட கல்லாய் இருக்கிறார் என்றும் நாம் எப்படியாக மாறினால் அப்படிப்பட்ட கல்லை நாம் சேர முடியும் என்றும் விவரிக்கின்றார்.

இப்படியிருக்க (1பேதுரு 2:1-3)

- தள்ளப்பட்ட கல்
- தெரிந்துகொள்ளப்பட்ட கல்
- விலையேறப்பெற்ற கல்
- ஜீவனுள்ள கல்
- சீயோனின் மூலைக்கல்
- தள்ளப்பட்ட மூலைக்கல்
- இடறுவதற்கேதுவான கல்

- விழுதற்கேதுவான கல்

கர்த்தர் தயையுள்ளவர் என்பதை

- நீதிமொழிகள் 12:2 நல்லவன் கர்த்தரிடத்தில் தயைபெறுவான்
- சங்கீதம் 30:5 கர்த்தருடைய தயவோ நீடிய வாழ்வு
- ஏசாயா 55:7 கர்த்தர் மன்னிக்கிறதற்குத் தயை பெருத்திருக்கிறார்
- ஓசியா 10:12 நீதிக்கு விதைத்தால் தயைக்கொத்ததாக அறுப்பு
- ஓசியா 12:6 இடைவிடாமல் கர்த்தரை நம்பத் தயையையும் நியாயத்தையும் கைக்கொள்ள வேண்டும்.
- ஆவியின் கனியில் ஒரு சாரமாக இருப்பது தயவு கலாத்தியர் 5:22

நீங்கள் ருசித்துப் பார்த்ததுண்டானால்

- ஆதி 25:28, 27:4,7,9,14,17,31
- வாய்க்கு ருசி என்ன செய்தது?
- யோபு 12:11 34:3 வாயானது ருசிபார்ப்பது போல் செவியானது வார்த்தையை சோதித்துப் பார்க்க வேண்டும்
- சங்கீதம் 34:8 கர்த்தர் நல்லவரென்பதை ருசித்துப் பார்க்க
- எபிரேயர் 2:9 தேவ கிருபையினால் ஒவ்வொருவருக்காகவும் மரணத்தை ருசிபார்த்தார்.
- எபிரேயர் 6:4 பரமஈவான இரட்சிப்பு, நல்வார்த்தை, இனிவரும் உலகத்தின் பலன்களை ருசிபார்த்து மறுதலித்தால்
- கிறிஸ்துவை மீண்டும் மரணத்தை ருசிபார்க்க நாம் அவரைத் தள்ளுகிறோம்

சகல துர்க்குணத்தையும்

- 1 கொரிந்தியர் 5:8 துர்க்குணம் புளித்த மாவு
- யாக்கோபு 1:21 துர்க்குணத்தை ஒழித்துவிட்டு வசனத்தை

- 1 பேதுரு 2:16 தேவனுக்கு அடிமைகளாயிருந்தால்
- தீத்து 3:3-4 தேவனுடைய தயையும் அன்பும்

சகலவிதக் கபடத்தையும்

- சகலவிதக் கபடத்தையும்
- சங்கீதம் 34:13 கபட்டுவசனிப்புக்கு
- சங்கீதம் 120:3 கபடநாவுக்கு ஆத்துமா
- வெளி 14:5 முதற்பலனானவர் மீட்கப்பட
- வஞ்சகங்களையும்
- ரோமர் 16:18 கபடில்லாத இருதயத்தை
- எபிரேயர் 3:13 பாவத்தின் வஞ்சனை
- பிலிப்பியர் 1:18 வஞ்சகத்தின் அனுமதி

பொறாமைகளையும்

- 1 கொரிந்தியர் 13:4 அன்புக்குப் பொறாமையில்லை
- ரோமர் 13:13 பொறாமையெனும் இருளில் நடவாமல்
- கொலோசெயர் 3:8 பொறாமையை விட்டுவிடவேண்டும்
- சங்கீதம் 15:1-3 புறங்கூறாமல் பரிசுத்த பர்வதம்
- நீதிமொழிகள் 10:18 மதிகேடனாய்ப் புறங்கூறாமல்
- ரோமர் 1:28-32 பொறாமை மரணத்தின் பாத்திரம்

நீங்கள் புதிதாய் வளரும்படி

- சங்கீதம் 92:12 பனையைப் போல கேதுரு போல
- மல்கியா 4:2 கொழுத்த கன்றுகளைப் போல
- எபேசியர் 2:21 ஆலயமாக எழும்புவது
- 2பேதுரு 3:18 கிருபையில் அவரை அறிகிற அறிவில்
- எபேசியர் 4:15 சத்தியத்தைக் கைக்கொண்டு

புதிதாய்ப் பிறந்த குழந்தைகளைப் போல

- 2கொரிந்தியர் 5:17 கிறிஸ்துவிற்குள்ளிருந்து புதுசிருஷ்டியாக

- 1 பேதுரு 1:23 வசனமாகிய அழிவில்லாத வித்தினால் மறுபடியும் ஜெநிப்பிக்கப்பட்டு (பிறப்பிக்கப்பட்டு)
- திருவசனமாகிய எபேசியர் 5:26-27
- களங்கமில்லாத சங்கீதம் 12:6
- ஞானப்பாலின்மேல் யாக்கோபு 3:17
- 1கொரிந்தியர் 1:31 அவரே ஞானம்
- வாஞ்சையாயிருங்கள் சங்கீதம் 42:1
- சங்கீதம் 91:14 விடுதலைப்பெறும் வாஞ்சை
- ஏசாயா 26:8 அவரது நாமம் அவரின் நினைவு

மனுஷரால் தள்ளப்பட்டதாயினும் 1 பேதுரு 2:4

மேசியாவாய் ஏற்கப்படாமல் புறக்கணிக்கப்பட்டார். வீடு கட்டுகிறவர்கள் ஆகாதென்று தள்ளின கல்லே மூலைக்குத் தலைக்கல்லாயிற்று, அது கர்த்தராலே ஆயிற்று, அது நம்முடைய கண்களுக்கு ஆச்சரியமாயிருக்கிறது என்று நீங்கள் வேதத்தில் ஒருக்காலும் வாசிக்கவில்லையா என்று இயேசு கிறிஸ்து சொல்வதை வாசிக்கிறோம், மத்தேயு 21:42-44.

பேதுருவும் இயேசு கிறிஸ்துவாகிய மூலைக்கல் அற்பமாய் எண்ணப்பட்டுத் தள்ளப்பட்டது வீடுகட்டுகிறவர்களாகிய யார் என்று சொல்கிறார், அப்போஸ்தலர் 4:10-11

நாசரேத்தின் இயேசுவே அந்தக் கல். வீடுகட்டுகிறவர்களாகிய யூதத்தலைவர்கள் அவரைச் அற்பமாய் எண்ணித் தள்ளினார்கள். ஆம் அவர் சிலுவையில் அறையப்பட்டு அற்பமானார். தலைக்கல்லாய் அவர் ஆனது அவரது உயிர்த்தெழுதலில்.

கிறிஸ்துவே தலைக்கல் capstone, ஜீவனுள்ள கல் living stone, உடன்செல்லும் கல் moving stone. Capstone is any of the stones making up the top layer of a wall.

சங்கீதம் 18:46 கர்த்தர் ஜீவனுள்ளவர் என் கன்மலையானவர்.

1கொரிந்தியர் 10:4 அவர்களோடே கூடச்சென்ற கன்மலை.

1பேதுரு 2:4 ஜீவனுள்ள கல்லாகிய அவரிடத்தில் சேர்ந்தவர்களாகிய நீங்கள்..

- ஜீவனுள்ள கல் : எபிரேயர் 7:25 என்றென்றும் உயிரோடிருக்கிறவர்
- அவரிடத்தில் : எபிரேயர் 4:15 பிரதான ஆசாரியராய் இருக்கிறார்
- சேர்ந்தவர்களாகிய : எபிரேயர் 12:23 தெளிக்கப்படும் இரத்தத்திற்கு
- நீங்கள் : எபிரேயர் 3:1 பரம அழைப்புக்குப் பங்குள்ளவர்

இந்திய இலக்கியம் என்ன சொல்கிறது?

கூவியழை யுங்கோ கூப்பிட்டுச் சொல்லுங்கோ
ஆவி யுள்ள நாளெல்லாம் ஆர்ப்பரித்துப் பாவிகாள்
கல்லோ தொழுகிறீர் கர்த்தா ஒருவரை
அல்லோ தொழுவது அடுக்கும்? – ஔவையார் வெண்பா

நற்செய்தியை அறிவிக்கும்படி யும் உருவவழிபாட்டைவிட்டு படைப்புகளைத் தொழுதுகொள்ளாமல் சிருஷ்டிகர்த்தாவான கடவுளைத் தொழுதுகொள்ளவும் அவரைப்பற்றிய நற்செய்தி அனைவருக்கும் சென்று சேரும்படி கூவியழைத்துச் சொல்ல வலியுறுத்திப் பாடிய ஔவையார் பாடலாகும்.

A building is a building even after it is built. A Christian is becoming a Christian even after he has born again as a Christian.

- ஜீவனுள்ள கற்களைப் போல
- ஆவிக்கேற்ற மாளிகையாகவும்
- இயேசு கிறிஸ்து மூலமாய்
- கடவுளுக்குப் பிரியமான
- ஆவிக்கேற்ற பலிகளை

ரோமர் 12:1 எபிரேயர் 13:16 செலுத்தும்படிக்குப் பரிசுத்த ஆசாரியக் கூட்டமாக கட்டப்பட்டு வருகிறீர்கள்.

எபிரேயர் 3:2-4 மோசே மட்டுமல்ல கிறிஸ்துவும் கர்த்தரின் வீட்டில் உண்மையுடன் வீட்டை உண்டுபண்ணினவர் வீட்டைப் பார்க்கிலும் கனம்பெற்றவர் மோசையைப் பார்க்கிலும் கிறிஸ்து மகிமைக்குப் பாத்திரர்.

வீடு ஒருவனால் கட்டப்பட்டாலும் எல்லாம் கர்த்தரால் உண்டாகிறது.

எபிரேயர் 3:5-6 மோசே பணிவிடைக்காரனாய்க் கர்த்தர் வீட்டில் உண்மையாய் இருந்தார்.

கிறிஸ்துவோ கர்த்தரின் வீட்டிற்கே மேற்பட்டவரான குமாரனாக உண்மையுள்ளவராய் இருந்தார். நம்பிக்கையால் உண்டாகும் தைரியம் மேன்மை பாராட்டல் இவைகளை முடிவுபரியந்தம் உறுதியாய்ப் பற்றிக் கொண்டால் நாமே அவருடைய வீடு.

1பேதுரு 2:6 இதன் மறைபொருள் என்ன?

- அந்தப்படியே (நீங்கள் கட்டப்பட்டது போலவே)
- இதோ (தீர்க்கதரிசனமாக)
- தெரிந்து கொள்ளப்பட்டதும் (கர்த்தரால்)
- விலையேறப்பெற்றதுமாயிருக்கிற (பரீட்சிக்கப்பட்டு)
- மூலைக்கல்லை (அஸ்திபாரமுள்ளதுமான) 1கொரிந்தியர் 3:11
- சீயோனில் (எருசலேமிலே)
- அதின்மேல் விசுவாசமாயிருக்கிறவன் (கிறிஸ்துவின் மேல்)
- வெட்கப்படுவதில்லை
- எபிரேயர் 11:16 நமது கடவுள் என்று கர்த்தரே வெட்கப்படவில்லை
- பிலிப்பியர் 1:20 நான் ஒன்றிலும் வெட்கப்பட்டுப் போகாமல் ஜீவனாகிலாகிலும் சாவினாலாகிலும்
- 1 பேதுரு 4:16 கிறிஸ்தவனாயிருப்பதினால் பாடுபட்டால் வெட்கப்படாமல்
- சங்கீதம் 25:3 உம்மை நோக்கிக் காத்திருக்கிறவர்கள் வெட்கப்பட்டுப்போவதில்லை

The cornerstone (or foundation stone or setting stone) is the first stone set in the construction of a masonry foundation. All other stones will be set in reference to this stone, thus determining the position of the entire structure.

ஆகையால் (தீர்க்கதரிசனமாகவே சொல்லப்பட்டு)

- விசுவாசிக்கிற உங்களுக்கு (மூலைக்கல்லை)
- கீழ்ப்படிகிறவர்களுக்கு அது விலையேறப்பெற்றது
- மத்தேயு 7:24 வார்த்தைகளைக் கேட்டு செய்கிறவன்
- எவனோ அவன் கன்மலையில் வீடுகட்டியவன்
- கீழ்ப்படியாமலிருக்கிறவர்களுக்கோ
- வீட்டை கட்டுகிறவர்களால் தள்ளப்பட்ட
- பிரதான மூலைக்கல்லாகிய
- அந்தக் கல்
- இடறுதற்கேதுவான கல்லும் ரோமர் 9:32-33
- விழுதற்கேதுவான கன்மலையுமாயிற்று
- ஏசாயா 8:14-15 தடுக்கலின் கல்

கன்மலை - சீயோன் - மோரியா - எருசலேம்

- சங்கீதம் 18:31 தேவனையன்றி கன்மலை யார்
- ஏசாயா 26:4 யேகோவா நித்திய கன்மலையாயிருக்கிறார்
- ஏசாயா 17:10 பெலமாகிய கன்மலை
- ஆதியாகமம் 22:2 மலைகளில் ஒன்றான மோரியா
- 2 நாளாகமம் 3:1 தேவாலயம் கட்டப்பட்ட மோரியா
- சங்கீதம் 2:6 74:2 பரிசுத்தப் பர்வதமாகிய சீயோன்
- ஏசாயா 24:23 சீயோன் மலை, எருசலேமில் ஆளுகை
- உபாகமம் 32:4 அவர் கன்மலை. அவர் கிரியை உத்தமம். அவர் வழிகள் நியாயம். நியாயக்கேடில்லாத சத்தியமான, நீதியும் செம்மையுமான தேவன்
- 1ராஜா 20:28 பள்ளத்தாக்குகளின் தேவனாயிராமல் மலைகளின் தேவனாயிருக்கிறார்
- சங்கீதம் 73:26 இருதயத்தின் கன்மலை
- சங்கீதம் 93:14 அநீதியில்லாத கன்மலை

- சங்கீதம் 71:3 வந்தடையத்தக்க கன்மலை

அவர்கள் - அதற்கென்றே நியமிக்கப்பட்டவர்கள்

- **அவர்கள்**
- திருவசனத்திற்கு கீழ்ப்படியாதவர்களாய்
- இடறுகிறார்கள்
- மத்தேயு 21:44 இந்தக் கல்லின்மேல் விழுகிறவன்
- தானியேல் 2:31-45 கைகளால் பெயர்க்கப்படாத ஒரு கல் பெயர்ந்து உருண்டு வந்தது
- நொறுக்கிப்போட்டது
- **அதற்கென்றே நியமிக்கப்பட்டவர்**
- ரோமர் 1:28 தேவனை அறியும் அறிவைப் பற்றிக் கொண்டிருக்க மனதில்லாதிருந்தபடியால் கேடான சிந்தைக்கு ஒப்புக் கொடுத்தார்
- எபிரேயர் 6:6 மறுதலித்துப் போனவர்கள் கிறிஸ்துவைத் தாங்களே மறுபடியும் சிலுவையில் அறைந்து அவமானப்படுத்துகிறபடியால் அவர்களை மறுபடியும் புதுப்பிக்கிறது கூடாத காரியம்

1பேதுரு 5:10 கிறிஸ்து இயேசுவுக்குள் நம்மைத் தமது நித்திய மகிமைக்கு அழைத்தவராயிருக்கிற சகல கிருபையும் பொருந்திய கடவுள்தாமே கொஞ்சக்காலம் பாடனுபவிக்கிற நம்மை சீர்ப்படுத்தி, ஸ்திரப்படுத்தி, பலப்படுத்தி நிலை நிறுத்துவார்.

இங்கிலாந்து தேசத்தில் கார்ன்வால் என்னுமிடத்தில் கப்பல் ஒன்று இரவு நேரம் புயலில் சிக்கியதால் பாறைகளில் மோதி உடைந்து நொறுங்கியது. புதினைந்து வயதுச் சிறுவன் ஒருவன் தப்பித்து, கடலில் நீந்திச் சென்று ஓர் பாறையைப் பிடித்தபடி இராமுழுதும் புயலின் சீற்றத்தின் மத்தியில் இருந்தான். காலையில் மீட்புப் படகொன்று வந்து அந்தச் சிறுவனை அழைத்துச் சென்றது. பத்திரிக்கை நிருபர் ஒருவர் சிறுவனிடம் பேட்டி கண்டு, கடும்புயல் மழையினால் இரவு முழுவதும் நடுங்கிக் கொண்டிருந்தீர்களா என்று கேட்டார், அதற்கு அந்தச் சிறுவன் இவ்விதமாய் பதிலளித்தான். ஆம் நான் நடுங்கியபடி இருந்தேன் ஆனால் நான் இறுகப்

பற்றிக்கொண்டிருந்த பாறை சற்றும் நடுங்காமல் இருந்தது என்றான். கடவுள் எதற்கும் அசையாத கன்மலை.

சீற்றத்தின் மத்தியிலும் கடலின்மேல் நடந்து வந்த கர்த்தரிடம் எதிர்கொண்டு வந்த பேதுரு தன் படகைவிட்டு இறங்கி வந்தார் என்பது அவரது விசுவாசத்தின் முதிர்ச்சியா? முயற்சியா?

எது என் படகு?

><}}}}*> 00000 <*{{{{>

<

4. நீரேயானால்

பேதுருவைப் பற்றிய சில முக்கிய ஏழு சம்பவங்கள்:

- நீங்கள் என்னை யாரென்று சொல்கிறீர்கள் என்று இயேசு கேட்டபோது பதில் அளித்தவர் பேதுரு மத்தேயு 16:16
- அத்திமரம் பட்டுப் போனதை இயேசுவிடம் காட்டியவர் பேதுரு மாற்கு 11:21
- என்னைத் தொட்டது யார் என்று எப்படி கேட்கிறீர்கள் என்று பேதுரு கேட்டார் லூக்கா 8:45
- இரகசிய வருகையின் உவமையைப் பற்றிப் பேதுரு இயெசுவிடம் கேட்டார் லூக்கா 12:41
- யாரிடத்தில் போவோம் நித்திய ஜீவ வசனங்கள் உம்மிடத்தில் உண்டே என்று சொன்னவர் பேதுரு யோவான் 6:68
- நீர் ஒருக்காலும் என் கால்களைக் கழுவப்படாது என்று சொன்னவர் பேதுரு யோவான் 13:6-9
- நீர் எங்கே போகிறீர் என்று இயேசுவிடம் கேட்டது பேதுரு யோவான் 13:36

When my prayer is not right God says NO
When my prayer timing is not right God say SLOW
When I am not right God says GROW
When everything is right God says GO (புறப்பட்டுப் போ!)

நீரேயானால் - மத்தேயு 14:28

மேசியாவாகிய கிறிஸ்து என்பவர் நீரேயானால்

அற்புதங்களைச் செய்தவர் நீரேயானால்

எல்லாம் வல்லவர் என்று நினைத்துக் கொண்டிருக்கிறோமே அவர் நீரேயானால்

மத்தேயு 14:26

ஆவேசம் என்று சொன்னவர் இப்பொழுது நீரேயானால் என்று சவால் விடுகிறார்

நான்தான் என்று சொன்னவரை பரீட்சை பார்க்க வந்த வார்த்தை - நீரேயானால்

பயப்படாதிருங்கள் என்று சொன்னீரே இப்பொழுது நான் பயப்படவில்லை, ஆகையால் அப்படிச் சொல்கிறேன்.. நீரேயானால்

திடன்கொள்ளுங்கள் என்று சொன்னீரே. இப்பொழுது நான் திடமனதாகக் கேட்கிறேன்.. நீரேயானால்

மத்தேயு 14:28 பன்னிருவரில் ஒருவராகக் கலக்கமடைந்தாலும், பன்னிருவரில் வேறாக நீரேயானால் என்று துணிந்து கேட்டது பேதுரு. ஆனால் கட்டளையிடும் என்றது யாருக்கு? தனக்கா? கடலுக்கா?

But in English its 'bid me'

இயேசு கிறிஸ்து அற்புதங்களை செய்கிற ஒரு தீர்க்கதரிசி என்று அவரைப் பற்றிச் சீடர்கள் நினைத்திருக்கலாம். கடல்மேல் நடப்பதை நம்பவில்லை மத்தேயு 14:26.
அவர் கடலின் மேல் நடந்து வருகிறதைக் கண்டதும் பயத்தினால் அலறினார்கள்.

எதற்காக வந்தார்?

மாற்கு 6:48 காற்று சீடர்களுக்கு எதிராயிரந்தபடியினால் தண்டு வலிக்கிறதில் அவர்கள் வருத்தப்படுகிறதைக் கண்டு.
யோவான் 14:18 நான் உங்களைத் திக்கற்றவர்களாக விடேன், உங்களிடத்தில் வருவேன் என்றதால்.

- Ghost - ஆவேசம் என்று எண்ணி மாற்கு 6:49
- சோதனைகள் வரும்போது கடவுளை அடையாளம் தெரிவதில்லை
- நாலாம் ஜாமத்தில் வந்ததினால் அப்படிச் சொல்லி இருக்கலாம் மத்தேயு 14:25
- யூதர்கள் இரவை மூன்று ஜாமங்களாகவும் ரோமர் அதனை நான்கு ஜாமங்களாகவும் பிரித்தனர்

- கடலின் மேல் நடந்து அவர்களிடத்திற்கு வந்தார் மத்தேயு 14:25 யோபு 9:8
- படகும் நடுக்கடலில் இருந்தது மத்தேயு 14:24
- எதிர்காற்றாக இருந்தபடியினால் படகு அலைகளினால் அலைவுபட்டது மத்தேயு 14:24

மத்தேயு 8:29 ஆவேசங்கள் இயேசு கிறிஸ்துவை அடையாளம் கண்டு கொண்டன. சீஷர்களுக்குத் தான் அவரை அடையாளம் கண்டுகொள்ள முடியவில்லை.

மத்தேயு 14:27

திடன்கொள்ளுங்கள், நான்தான், பயப்படாதிருங்கள்.
Have courage, It is I, Do not fear.

நீங்கள் அழைக்காத போதும் உங்களிடம் வந்திருக்கிறேன் திடமனதாயிருங்கள். என்னை ஆவேசம் என்றீர்கள் அதற்கு நான் கோபப்படவில்லை, திடமனதாயிருங்கள். எதிர்க்காற்றும் அலைகளினால் அலைவுபடும் படகு மட்டுமே இப்பொழுது உங்களுக்குத் தெரியும், எதிரில் இருக்கும் என்னைக்கூட தெரியாது, திடமனதாயிருங்கள்.

நான் தான் - விளக்கும் முறை

நான் தான் என்றால் நான் மட்டுமே என்று பொருள். இருக்கிறவராக இருக்கிறவர் என்றும் பொருள். இருந்தவர் அல்ல இறந்தபின்பும் இருக்கிறவர் என்று பொருள். நான் மட்டும் போதும் உனக்கு என்றும் பொருள். என்னைத் தெரியவில்லையா உனக்கு என்று கேட்பதாகவும் பொருள்.

நான் தான், ஐந்து அப்பம் இரண்டு மீன்களை ஐயாயிரம் பேருக்குப் போஷித்து அனுப்பினேனே? நீங்களும் மீதமிருந்த துணிக்கைகளை பன்னிரண்டு கூடைகளில் எடுத்த பின்பு உங்களை அக்கரைக்குப் போகும்படி துரிதப்படுத்தி அனுப்பினேனே, அதே நான் தான் என்றும் பொருள்படும்.

In Greek, EGO IMA. Ego ima simply means I AM.

எனக்குச் சித்தமானவர்களைத் தெரிந்து கொண்டு சகல அதிரரங்கொடுத்த என் சீஷராகிய உங்களுக்குச் சொல்கிறேன், பயப்படாதிருங்கள் (மாற்கு 3:13-14)

ஆட்டுக்குட்டியானவராய் வந்திருக்கிறேன் இப்பொழுது பயப்படாதிருங்கள். யூத ராஜசிங்கமாய் வரப்போகிறேனே அதை நினைத்துப் பயப்படுங்கள். லூக்கா 12:4-5

கிறிஸ்துவின் பிறப்பைக் குறித்துச் சொல்லப்படுவதற்கு முன்பு சொல்லப்பட்ட வார்த்தையே பயப்படாதிருங்கள்..!

மேய்ப்பரிடம் : லூக்கா 2:10 மரியாளிடம் : லூக்கா 1:30 யோசேப்பிடம் : மத்தேயு 1:20

பேதுரு அவரை நோக்கி : ஆண்டவரே நீரேயானால்

ஆண்டவர் என்பதை அறிந்த பின்பே நீரேயானால் என்று சொன்னார். A challenging prayer to the challenging God. Come He said.

பேதுருவின் துணிச்சலான ஜெபம். நான் தான் என்றது சத்தியம். நீரேயானால் என்பது அசாத்தியம். ஆனால் அதையும் கர்த்தர் அங்கீகரிக்கிறார். வா என்றார். நான் ஜலத்தின் (நீரின்) மேல் நடந்துவர என்றே சொன்னார். நாங்கள் என்று சொல்லவில்லை. உம்மிடத்தில் வரக் கட்டளையிடும் என்றார். யாருக்கு அந்தக் கட்டளை? கடலுக்கா? தனக்கா?

ஒருவேளை கிறிஸ்துவும் கடலுக்குக் கட்டளையிட்டு நடப்பதாகப் பேதுரு எண்ணினாரோ என்று தெரியவில்லை. உம்மிடத்தில் வரும்வரை கடலின் மேல் நான் நடந்தால் போதும் என்றார். கர்த்தரைப் பரீட்சை பார்த்தாரோ? நீர் சொல்ல ஆகும் கட்டளையிட நிற்கும். நீர் சொன்னால் நான் நடக்கலாகும். நீர் கட்டளையிட்டால் கடலலை கூட நிற்கும் என்றும் நினைத்திருக்கலாம்.

அதற்கு அவர் வா என்றார்.

பேதுரு படகை விட்டிறங்கி - இயேசுவினிடத்தில் போக – நீரின் மேல் நடந்தார்.

- என்னால் உன்னை நடக்க வைக்க முடியும் என்ற விசுவாசத்திற்குள் வா.
- முதலில் படகைவிட்டுக் கீழிறங்கி வா.
- உன்னால் நடக்க முடியும் என்ற விசுவாசத்தில் வா.
- வா என்றார் - படகைவிட்டுக் கடலில் இறங்கினார் பேதுரு. He took a step
- தண்ணீரில் கால் வைக்க பயப்படவில்லை
- நடக்க ஆரம்பித்த போதும் பயமில்லை
- அவரைப் பார்த்து நடந்தவரை பயமில்லை
- காற்றைக் கண்டதால் பயம் பற்றிக்கொண்டது

பேதுரு படகை விட்டிறங்கினார். அதற்கு ஒரு துணிச்சல் வேண்டும். அந்த துணிச்சலின் மற்றொரு பெயர் விசுவாசம்.
நடுக்கடலில் நடந்து செல்வதற்காக கடலில் இறங்க வேண்டும். கர்த்தர் செய்யும் அற்புதத்தை பார்த்துவிட வேண்டும் என்கிற வாஞ்சையுடன் தைரியமான ஜெபம். துணிச்சலான விசுவாசம். வா என்றார் இயேசு, இறங்கிச் சென்றார் பேதுரு.

- புயலில் சிக்கித் தவிக்கும் போதும் கர்த்தர் நமக்கு தூரமானவர் அல்ல
- காற்றின் வேகத்தைவிட பேதுருவின் விசுவாசம் வேகமாயிருந்தது
- காற்றும் அடங்கவில்லை பேதுருவின் விசுவாசமும் அடங்கவில்லை
- நான்தான் என்றார் இயேசு. நானும் தான், அதை அறிந்திருக்கிறேன் என்றார் பேதுரு
- நீர் யார் என்பதை அறிந்திருக்கிறேன், அதை நிரூபிக்க என்னை கடலின் மேல் நடக்க வையும்
- And He said come. That means, ok come.
- Jesus is not just a nice teacher, not an ethical leader. He is God, the Creator of the universe.

பேதுருவின் மூலம் நாம் கற்றுக் கொள்ளும் பாடம்:

- கிறிஸ்துவின் நினைவில் இருக்க வேண்டும்
- கடவுளை அடையாளம் தெரிய வேண்டும்
- கடவுளையே நோக்கியிருக்க வேண்டும்
- கிறிஸ்துவை முதலில் படகில் ஏற்ற வேண்டும்
- நம் சுய முயற்சியில் நம்மை நாமே காப்பாற்றிக் கொள்ள முடியாது.
- பேதுருவுக்கு நீச்சல் தெரியும் ஆனாலும் ஆண்டவரே என்னை இரட்சியும் என்றார்
- கர்த்தரின் கிருபை உடனடியாக அருளப்படும்
- தமது பிள்ளையாக இருந்தால் இரட்சித்த பின் கண்டிக்கவும் செய்வார்
- நமக்கு கீழே இருந்ததெல்லாம் மேலே வந்து தலைகீழாகும்.
- அவிசுவாசத்தில் சிக்குண்டால் மீண்டும் அவரிடமே நம் பார்வை திரும்ப வேண்டும்.

Little faith means immature faith. Faith, to be mature, must be with courage, also inner and emotional strength.

2 தீமோத்தேயு 2:3 நல்ல போர்ச்சேவகனாய் தீங்கனுபவி

Do not treat your God as your servant, you will face a consequence that would prove Him to be your master. He cares about your anxieties.

Your escape is in looking again to Jesus. **காப்பாற்றப்பட அவரிடமே திரும்பு.**

- முதலில் மூழ்குவது ஆத்துமா
- மூன்றுவிதமான ஆத்துமாக்கள் உள்ளன
- 1.மூழ்குவதாக நினைத்திருப்பவர்கள்
- 2.மூழ்குவதை அறியாதிருப்பவர்கள்
- 3.மூழ்குவதை அறிந்தே மூழ்கிக் கொண்டிருப்பவர்கள்
- ஒரு சிலர் தாம் மூழ்குவதுமல்லாமல் மற்றவரையும் மூழ்க வைப்பார்கள்

- சரீரத்திற்கும் ஆத்துமாவிற்கும் வேறுபாடு தெரியாமல், அறியாமையால் சிலர் மூழ்குவார்கள்
- அலட்சியப் போக்கினால் சிலர் மூழ்குவார்கள்
- சுயநீதியினால் சிலர் மூழ்குவார்கள்

மூழ்கும்போது நமது தொழில், கல்வி, திறமை, பணம், பதவி, அனுபவம், தன்னம்பிக்கை அனைத்துமே மறந்துவிடும். ஆண்டவரே என்னை இரட்சியும் என்றார் பிறப்பிலேயே மீனவனாகப் பிறந்த, கடலில் அனுபவம் வாய்ந்த பேதுரு. நீச்சல் தெறிந்த ஒருவர் மூழ்குவது சாத்தியமல்ல. கிறிஸ்துவை விட்டு நமது பார்வை விலகி மூழ்கும்போது நம்மிடமிருந்த அனைத்தும் மறந்துவிடும்.

கடவுளிடம் எதைக் கேட்கிறோம் என்று கூட அறியாமல் கேட்டு விடுகிறோம். கர்த்தரோ நாம் எதற்காக கேட்கிறோம் என்பதை மட்டுமே அறிபவராக இருக்கிறார். நான் கேட்டு நடந்தது என்பது நிலைக்க, என் விசுவாசமும் நிலைத்து நிற்க வேண்டும். அதே காற்று அதே அலை, மற்றவரோடு படகில் தண்டு வலிக்கும் வரை பயமில்லை.

- காற்று பலமாயிருக்கிறதைக் கண்டு பயந்து
- பெலப்படுத்துகிற கிறிஸ்து எதிரில் நிற்கும் போது காற்று அவரைவிடப் பலமாயிருப்பதாகத் தெரிந்தது
- அமிழ்ந்து போகையில் ஆண்டவரே என்னை இரட்சியும். ஆண்டவரே நீரேயானால் என்று அப்பொழுது சொல்லவில்லை
- மத்தேயு 14:30-31 இரட்சியும் (காப்பாற்றும்) என்று கூப்பிட்டவுடனே இயேசு கையை நீட்டி, அவரைப் பிடித்தார்
- பின்னாளில் பேதுரு சொன்ன அனுபவப் பட்டறிவு வார்த்தை 1 பேதுரு 5:6
- அவரது பலத்த கரத்திற்குள் அடங்கியிருத்தல்
- உயிர்த்தெழுந்த பின்பு தனது அனுபவத்தைப் பெற்ற யோவான் சொன்னது வெளிப்படுத்தின விசேஷம் 1:17
- அவர் தமது வலது கரத்தை என்மேல் வைத்து

யோபு 12:10 சகல பிராணிகளின் ஜீவனும் மாம்சமான சகல மனுஷரின் ஆவியும் அவர் கையிலிருக்கிறது.
எரேமியா 32:17 நீட்டப்பட்ட உம்முடைய புயத்தினாலும் வானத்தையம் பூமியையும் உண்டாக்கினீர்
ஏசாயா 41:10 என் நீதியின் வலதுகரத்தினால் உன்னைத் தாங்குவேன்
அப்போஸ்தலர் 11:21 கர்த்தருடைய கரம் அவர்களோடே (அப்போஸ்தலரோடே) இருந்தது. அநேக ஜனங்கள் விசுவாசிகளாகிக் கர்த்தரிடத்தில் திரும்பினார்கள்.

மத்தேயு 14:31 உடனே இயேசு கையை நீட்டி அவனைப் பிடித்து அற்பவிசுவாசியே ஏன் சந்தேகப்பட்டாய் என்றார்.

இயேசு பேதுருவை நோக்கி நடக்கவில்லை, பேதுருவே இயேசுவை நோக்கி நடந்தார்.

யாக்கோபு 1:6 சந்தேகப்படுகிறவன் காற்றினால் அடிபட்டு அலைகிற கடலின் அலைக்கு ஒப்பாயிருக்கிறான்

மத்தேயு 14:32

- அவர்கள் படகில் ஏறினவுடனே காற்று அமர்ந்தது
- அப்பொழுது, படகில் உள்ளவர்கள் (மற்ற சீடர்)
- அவரை 'மெய்யாகவே நீர் தேவனுடைய குமாரன்' என்று சொல்லிப் பணிந்து கொண்டார்கள்
- காற்று அமர்ந்து போகும் வரை தங்களைப் பற்றிய கவலையில் இருந்திருப்பார்களோ?
- இடறிவிழாமல் இருக்க என்ன தேவை?
- 2 பேதுரு 1:5-10 பேதுரு தமது இரண்டாம் நிருபத்தில் இதனை விளக்கமாய் எழுதினார்
- ஏசாயா 43:2 நீ ஆறுகளைக் கடக்கும்போது அவை உன்மேல் புரளுவதில்லை
- ஏசாயா 43:11 என்னை அல்லாமல் மீட்பர் இல்லை
- யோவான் 11:25 என்னை விசுவாசிக்கிறவன் மரித்தாலும் பிழைப்பான்

இந்த அற்புதத்தின் ஏழு பாடங்கள்:

- 1. அவரே தனிமையில் ஜெபித்தார் என்பதை நினைத்துப்பார்

- 2. பெருங்காற்று வரும் புரிந்து கொள்
- 3. இயேசு அங்கு வருவார் அறிந்து கொள்
- 4. எதையும் தைரியத்துடன் வேண்டிக் கொள்
- 5. ஜெபித்தபின்பு எதற்கும் பயப்படாதிரு
- 6. அவர் மேல் வைத்த பார்வை விலகாதிரு
- 7. அவர் கடவுளின் குமாரன் என்பதை எப்பொழுதும் எந்தச் சூழலிலும் விசுவாசி

உடனிருக்கும் நம்மை விட அவரைத் தேடி வருவபவர் அதிகமாய் விசுவாசிக்கிறார்கள். கெனேசரேத்து மக்கள் சீஷர்களை விட அதிக விசுவாசமுள்ளவர்களாய் இருந்தனர். மத்தேயு 14:34-36

What is the meaning of Truth and Fact? What is the difference between Truth and Fact?

சத்தியம் (Truth) உண்மை (Fact) என்பதன் அர்த்தம் என்ன? இரண்டும் ஒன்றா? சத்தியமும் உண்மையும் ஒன்று தான். ஆனால் இரண்டிற்கும் வித்தியாசமுண்டு..!

- சத்தியம் மாறாது : உண்மை மாறும்
- கடவுள் என்பது சத்தியம் : மனிதன் என்பது உண்மை
- வார்த்தை (வசனம்) என்பது சத்தியம் : விசுவாசம் என்பது உண்மை
- கடவுளின் அன்பு சத்தியம் : மனிதரின் அன்பு உண்மை
- மீட்பு என்பது சத்தியம் : இரட்சிப்பு என்பது உண்மை
- பரலோகம் ராஜ்யம் என்பது சத்தியம் : உலக வாழ்க்கை என்பது உண்மை
- பரிசுத்த ஆவியானவர் சத்தியம் : மனசாட்சி என்பது உண்மை
- கட்டளை, அழைப்பு என்பது சத்தியம் : ஊழியம் என்பது உண்மை

கிறிஸ்து கடல்மேல் நடக்க அழைத்தது சத்தியம். பேதுரு கடல்மேல் நடந்தது உண்மை. மூழ்குவது உண்மை. தூக்கியெடுப்பார் என்பது சத்தியம்.

இந்திய இலக்கியம் என்ன சொல்கிறது?

உண்மை என்பது இரண்டு வகைப்படும். அவை 'ரிதம்', 'சத்தியம்' என்று அழைக்கப்படுகிறது. ரிதம் என்பது வியாவகாரிக உண்மை. சத்தியம் என்பது பாரமார்த்திக உண்மை. இரண்டிற்கும் என்ன வேறுபாடு?

சூரியன் கிழக்கில் தோன்றி மேற்கில் மறைகிறது என்பது வியாவகாரிக உண்மை. அதாவது அது அவ்விதமாகத் தோன்றி மறைவதில்லை ஆனால் நம் கண்களுக்கு அப்படித் தெறிகிறது என்பது பாரமார்த்திக உண்மை. அதுபோல, உலகமும் அதிலுள்ள அனைத்தும் இயக்கம் கொண்டுள்ளது வியாவகாரிக உண்மை. ஆனால் அது நம்மைப் படைத்த இறைவனால் இயங்குகிறது என்பதே பாரமார்த்திக உண்மை.

உபநிடதங்களின் கூற்றுப்படி, சத்தியம் என்பது மூன்று சொற்களால் இணைந்திருக்கிறதாக அறியப்படுகிறது. சத்+தி+யம் = சத்தியம். 'சத்' என்றால் அழியாதது. 'தி' என்றால் அழியக்கூடியது. 'யம்' என்றால் அழியக் கூடியது அழியாமையை சேர்வது என்று பொருள்.

உண்மையாகத் தோன்றுகிற யாவும் சத்தியத்திடம் சரணடைந்தாக வேண்டும். நானே சத்தியம் என்றவர் நீதியின் வலக்கரத்தினால் தாங்கிட வருகிறார் என்பதும் சத்தியம். அவருடன் கைகோர்த்து படகில் ஏறவேண்டும்.

God is truth - கர்த்தரே சத்தியம். யோவான் 17:17.

எது என் படகு?

><}}}}*> 00000 <*{{{{>

5. பேதுருவின் மாமியார்

பேதுரு மணமானவரா? இயேசு கிறிஸ்து சுகமாக்கியது பேதுருவின் மாமியா? மாமியாரா? இப்படி அநேகக் கேள்விகள் நமக்குள் இருப்பதை நாம் அறிவோம். இயேசு கிறிஸ்துவின் இந்த அற்புதத்தைக் குறித்த செய்தி மத்தேயு, மாற்கு, லூக்கா நற்செய்தி நூல்களிலும் இடம்பெறுகிறது.

மாற்கு எழுதிய நற்செய்தி நூலைக் குறித்த சில செய்திகள் நமக்கு இந்நூலின் ஆய்வினைச் சார்ந்த விளக்கங்களுக்குத் தேவையாக உள்ளன.

மாற்கு நற்செய்தி நூலின் முதல் வசனம் இவ்விதமாய்க் குறிப்பிடுகிறது. கடவுளின் மகனாகிய இயேசு கிறிஸ்துவின் சுவிசேஷத்தின் ஆரம்பம், (மாற்கு 1:1).

- இவ்வசனத்தின்படி இந்த நூல் முதலில் எழுதப்பட்டதாகக் கருதப்படுவது நம்பத்தக்கதாக உள்ளது
- கிபி 64-70 என்று ஆய்வறிஞர்களால் கருதப்படுகிறது
- பேதுருவின் போதனைகளின் அடிப்படையில் மாற்கு அவரிடம் விசாரித்து இதனை எழுதினார் என்று ஒரு மரபுச்செய்தியும் உண்டு
- மாற்குவின் தாய் மரியாளின் வீடு மேல்வீட்டறையாகக் கருதப்படுகிறது. அப்போஸ்தலர் 12:12
- மாற்கு என்னும் பேர்கொண்ட யோவானுடைய தாயாகிய மரியாள் வீட்டுக்கு வந்தான் (பேதுரு)
- 2தீமோத்தேயு 4:11 மாற்குவை உன்னோடே கூட்டிக்கொண்டு வா, ஊழியத்தில் அவன் எனக்கு பிரயோஜனமுள்ளவன் என்று பவுலும் கூறுகிறார்.

மாற்கு எழுதிய நற்செய்தி நூலில் மட்டுமே இயேசு கிறிஸ்து செய்த அற்புதங்கள் அதிகமாய்ச் சொல்லப்படுகின்றது. இந்த அற்புதத்தை நாம் வாசிக்கையில் அதன் பின்னணியையும், இந்த

நிகழ்ச்சிக்கு முன்பு நடந்தவை என்ன என்பதையும் நாம் அறிதல் அவசியமாகிறது.

கலிலேயாவில் இயேசு கிறிஸ்துவின் கீர்த்தி பிரசித்தமாய் இருந்த காலத்தில் தான் பேதுருவின் மாமியை அவர் குணமாக்கினார்.

மாற்கு 1:21 அவர் ஓய்வு நாளில் ஜெபஆலயங்களில் போதகம் பண்ணிக்கொண்டிருந்த காலம்.

மாற்கு 1:22 அவருடைய போதகத்தைக் குறித்து ஆச்சரியப்பட்டார்கள்.

மாற்கு 1:23-27 ஜெபஆலயத்தில் அசுத்த ஆவியுள்ள ஒரு மனிதன் அவரை அடையாளம் கண்டுகொண்டான். அவனை அதட்டிப் புறப்பட்டு போகவைத்தார். உடனே அந்த அசுத்த ஆவி அவனைவிட்டுப் போனது எல்லாரும் ஆச்சரியப்பட்டு இது என்ன? இந்தப் புதிய உபதேசம் எப்படிப்பட்டது என்று வியந்தனர்.

மாற்கு 1:28 அதுமுதல் அவருடைய கீர்த்தி கலிலேயா நாடெங்கும் பிரசித்தமாயிற்று. அப்படிப்பட்ட காலம்.

மாற்கு 1:29 ஜெபஆலயத்தைவிட்டுப் புறப்பட்டு சீமோன் அந்திரேயா என்பவரின் வீட்டில் பிரவேசித்தார்.

பேதுருவின் மாமி சுரமாய்க் கிடந்தாள்

- அங்கே சீமோனுடைய மாமி ஜுரமாய்க் கிடந்தாள்.
- மாற்கு நற்செய்தி நூலின்படி இது இயேசு கிறிஸ்து செய்த இரண்டாம் அற்புதம்
- மாற்கு 1:16 - 20, மாற்குவின் குறிப்பின்படி நான்கு சீடர்கள் மட்டுமே தேர்வு செய்திருந்த வேளை
- மாற்கு 3:13-14 மற்ற சீஷர்கள் தேர்வு குறித்து இந்த வசனத்தில் தான் குறிப்பிடப்படுகிறது.
- அந்திரேயா சீமோனுக்கு இயேசுவை ஏற்கெனவே அறிமுகப்படுத்தியதாக யோவான் கூறுகிறார் யோவான் 1:40-42
- லூக்கா 4:38 கடும் ஜுரமாய்க் கிடந்தாள் (லூக்கா ஒரு மருத்துவர் என்பது குறிப்பிடத்தக்கது).

லூக்கா அவள் கொண்டிருந்த ஜுரம் கடுமையானது என்றார்.

- லூக்கா பேதுருவைக் கர்த்தர் அழைத்ததற்கு முன்பே அவரது மாமியாரை குணமாக்கியதாக எழுதி யுள்ளார்.
- மத்தேயுவும் மாற்குவும், கர்த்தர் பேதுருவை ஊழியத்திற்கு அழைத்த பின்பு அவரது மாமியாரைக் குணமாக்கியதாக எழுதி யுள்ளனர்.

பேதுருவின் மாமி சுரமாய்க் கிடந்தாள் என்றால் வெகுநாட்களாக சுரத்தில் இருந்தாள் என்று பொருள்படும். தொடர்ந்து சிலகாலமாய் சுரத்தில் கிடப்பதாகப் பொருள்.

உடனே அவர்கள் அவளைக் குறித்து அவருக்குச் சொன்னார்கள். மாற்கு 1:30

- உடனே (தாமதமின்றி)
- அவர்கள் (சீஷராய் இருப்பவர்கள்)
- அவளைக்குறித்து (கட்டில் இருப்பவரைக்குறித்து)
- அவருக்குச் (கிறிஸ்துவினிடம்)
- சொன்னார்கள் (சொல்லியாக வேண்டும்)

அந்தப் பெண்மணி பேதுருவின் மாமியார் என்பதைக் குறித்த ஆதாரங்கள் வேதாகமத்திலேயே உள்ளன. நமது ஆங்கில வேதாகமத்தில் அவள் பேதுருவின் மாமியார் என்றே குறிப்பிடப்பட்டுள்ளது (mother in law – Penthera in Greek).

1கொரிந்தியர் 9:5 மற்ற அப்போஸ்தலரும் கர்த்தருடைய சகோதரரும், கேபாவும் (பேதுருவும்) செய்கிறது போல மனைவியாகிய ஒரு சகோதரியைக் (பெண்ணைக்) கூட்டிக்கொண்டு திரிய எங்களுக்கு அதிகாரமுண்டு.

இவ்வசனங்களின் மூலமாக நாம் பேதுரு திருமணமானவர் என்பதை விளங்கிக்கொள்ள முடிகிறது.

அவர் கிட்டப்போய். மாற்கு 1:31

ஏசாயா 55:6 கர்த்தரைக் கண்டடையத்தக்க சமயத்தில் அவரைத் தேடுங்கள். அவர் சமீபமாயிருக்கையில் அவரை நோக்கிக் கூப்பிடுங்கள்

சங்கீதம் 34:18 நொறுங்குண்ட இருதயமுள்ளவர்களுக்குக் கர்த்தர் சமீபமாயிருந்து, நருங்குண்ட ஆவி யுள்ளவர்களை இரட்சிக்கிறார்.

சங்கீதம் 145:18 தம்மை நோக்கிக் கூப்பிடுகிற யாவருக்கும், உண்மையாய்த் தம்மை நோக்கிக் கூப்பிடுகிற யாவருக்கும் கர்த்தர் சமீபமாயிருக்கிறார்.

யாக்கோபு 4:8 கடவுளிடத்தில் சேருங்கள் அப்பொழுது அவர் உங்களிடத்தில் சேருவார்.

அவள் கையைப் பிடித்து. மாற்கு 1:31

ஏசாயா 48:13 என் வலதுகை வானங்களை அளவிட்டது. நான் அவைகளுக்குக் கட்டளையிட அவைகள் அனைத்தும் நிற்கும்.

எஸ்றா 8:22 கடவுளுடைய கரம் தம்மைத் தேடுகிறவர்கள் எல்லார் மேலும் அவர்களுக்கு நன்மையாய் இருக்கிறது

அவளைத் தூக்கி விட்டார். மாற்கு 1:31

சங்கீதம் 146:8 மடங்கடிக்கப்பட்டவர்களைக் கர்த்தர் தூக்கிவிடுகிறார். நீதிமான்களைக் கர்த்தர் சிநேகிக்கிறார்.

சங்கீதம் 40:2. பயங்கரமான குழியிலும், உளையான சேற்றிலுமிருந்து என்னைத் தூக்கியெடுத்து, என் கால்களைக் கன்மலையின் மேல் நிறுத்தி, என் அடிகளை உறுதிப்படுத்தி.

யூதர்கள் பெண்களைத் தொடக்கூடாது. குஷ்டரோகிகளைத் தொடக்கூடாது என்பது அந்தக்காலத்தின் சட்டமாகும்.

மாற்கு 1:40-41 இயேசு மனதுருகி, கையை நீட்டி, அவனைத் தொட்டு எனக்குச் சித்தமுண்டு, சுத்தமாகு என்றார். பேதுருவின் மாமியாரைத் தொட்டவுடனே சுரம்

அவளைவிட்டு நீங்கிற்று என்று மத்தேயு எழுதுகிறார். மத்தேயு 8:15

உடனே சுரம் அவளை விட்டு நீங்கிற்று

சங்கீதம் 91:3 அவர் உன்னை வேடனுடைய கண்ணிக்கும், பாழாக்கும் கொள்ளை நோய்க்கும் தப்புவிப்பார்.

சங்கீதம் 41:3 வியாதியிலே அவன் படுக்கை முழுவதையும் மாற்றிப்போடுவீர்.

அப்பொழுது அவள் அவர்களுக்குப் பணிவிடை செய்தாள்

1 நாளாகமம் 29:12 நீங்கள் கர்த்தருக்குப் பணிவிடை செய்யும்படி அவருக்கு முன்பாக நிற்கவும் அவருக்கு ஊழியம் செய்கிறவர்களும் தூபம் காட்டுகிறவர்களுமாயிருக்கவும் உங்களை அவர் தெரிந்து கொண்டார்.

மத்தேயு 20:28 அவர் ஊழியங்கொள்ளும்படி வராமல் ஊழியஞ்செய்யவும் அநேகரை மீட்கும் பொருளாகத் தம்முடைய ஜீவனைக் கொடுக்கவும் வந்தார்.

யோவான் 12:26 ஒருவன் எனக்கு ஊழியஞ்செய்கிறவனானால் என்னைப் பின்பற்றக்கடவன். நான் எங்கே இருக்கிறேனோ அங்கே என் ஊழியக்காரனும் இருப்பான். ஒருவன் எனக்கு ஊழியஞ்செய்தால் அவனைப் பிதாவானவர் கனம்பண்ணுவார்.

- ரோமர் 12:1-2 உங்கள் சரீரங்களை பரிசுத்தமும் கடவுளுக்குப் பிரியமுமான ஜீவபலியாக (உயிருள்ள) ஒப்புக்கொடுக்க வேண்டுமென்று, கடவுளுடைய இரக்கங்களை முன்னிட்டு உங்களை வேண்டிக்கொள்ளுகிறேன். இதுவே புத்தியுள்ள ஆராதனை
- இந்தப் பிரபஞ்சத்திற்கு ஒத்த வேஷந்தரியாமல், கடவுளுடைய நன்மையும் பிரியமும் பரிபூரணமுமான சித்தம் இன்னதென்று

பகுத்தறியத்தக்கதாக உங்கள் மனம் புதிதாகிறதினாலே மறுரூபமாகுங்கள்.

- ரோமர் 12:11 அசதியாயிராமல் ஜாக்கிரதையாயிருங்கள். ஆவியிலே அனலாயிருங்கள். கர்த்தருக்கு ஊழியஞ்செய் யுங்கள்.
- யோவான் 13:14-17 ஆண்டவரும் போதகருமாகிய நானே உங்கள் கால்களைக் கழுவினதுண்டானால், நீங்களும் ஒருவருடைய கால்களை ஒருவர் கழுவக்கடவீர்கள்.
- நான் உங்களுக்குச் செய்ததுபோல நீங்களும் செய் யும்படி உங்களுக்கு மாதிரியைக் காண்பித்தேன். மெய்யாகவே மெய்யாகவே நான் உங்களுக்குச் சொல்லுகிறேன், ஊழியக்காரன் தன் எஜமானிலும் பெரியவனல்ல. அனுப்பப்பட்டவன் தன்னை அனுப்பினவரிலும் பெரியவனல்ல.
- 1பேதுரு 2:21 கிறிஸ்துவும் உங்களுக்காகப் பாடுபட்டு, நீங்கள் தம்முடைய அடிச்சுவடுகளைத் தொடர்ந்து வரும்படி உங்களுக்கு மாதிரியைப் பின்வைத்துப் போனார்.

அவள் வீட்டு வாசலுக்கு முன்பாகக் கூடிவந்தார்கள்.

- மாற்கு 1:32-33
- பேதுரு மாமியாரின் பணிவிடையின் ஆரம்பம்
- சாயங்காலமாகி சூரியன் அஸ்தமித்தபோது (மறைந்தபோது)
- சகல பிணியாளிகளையும்
- பிசாசு பிடித்தவர்களையும்
- அவரிடத்தில் கொண்டுவந்தார்கள்
- பட்டணத்தார் எல்லாரும் பேதுருவின் மாமியார் வீட்டு வாசலுக்கு முன்பாகக் கூடிவந்தார்கள்.

சுகமளிக்கும் கூட்டம் ஒருவர் வீட்டு வாசலில் நடந்தது. போஸ்டர் அடித்து பொதுமேடை போட்டு நடைபெறவில்லை. ஜெபஆலயத்திலும் நடத்தப்படும் கட்டாயமில்லை.

- யூதர்களுக்கான கட்டளைப்படி ஓய்வுநாளில் எதையும் எடுத்துக் கொண்டு வெளியே செல்லக்கூடாது
- ஆகையால் சூரியன் மறையும் வரைக் காத்திருந்து பிணியாளர்களைக் கொண்டு சென்றனர்
- லூக்கா 4:40 அவர்கள் ஒவ்வொருவர் மேலும் அவர் தம்முடைய கைகளை வைத்து அவர்களைச் சொஸ்தமாக்கினார் (சுகமாக்கினார்).
- மத்தேயு 8:17 இயேசு செய்த அற்புதங்கள் தீர்க்கதரிசிகளினால் உரைக்கப்பட்டது நிறைவேறும்படி நடந்ததாக மத்தேயு சொல்கிறார்.
- பழைய ஏற்பாட்டின் 36 வசனங்களை தமது 28 அதிகாரங்களில் குறிப்பிடுகிறார்
- தீர்க்கதரிசனம் நிறைவேறும்படி என்று 15 முறை குறிப்பிடுகிறார்

In the original Greek of Mark’s Gospel, the word that is translated here as “helped her up,” is the same word that is used in Mark’s account of the Resurrection (see Mark 16:6). Mark is actually telling us that Jesus “raised” the woman up.

இந்த அற்புதத்தின் ஏழு பாடங்கள்:

- வீட்டிற்கு வருகின்ற ஆண்டவர்
- அவருக்கு எதையும் உடனே தெரியப்படுத்த வேண்டும்
- அவர் அருகில் வருகின்றவர்
- அவர் தொடுகின்றவர்
- அவர் சுகமளிக்கிறவர்
- அவர் தூக்கிவிடுகிறவர்
- சுகம்பெற்ற நாம் அவருக்கு ஊழியஞ்செய்யவேண்டும்

யோவான் 11:25 நானே உயிர்த்தெழுதலும் ஜீவனுமாய் இருக்கிறேன். என்னை விசுவாசிக்கிறவன் மரித்தாலும் பிழைப்பான்.

உறக்கம் சிறிய மரணம். மரணம் பெரிய உறக்கம். பெரிய உறக்கத்திற்கு செல்லும் பயணம் சரியானதாக இருத்தல் அவசியம். ஒவ்வொரு நாளும் சிறிய மரணத்தை நாம் கண்டு கொண்டுதான் இருக்கிறோம். நமது பகல் பயணம் தானே சாட்சியுள்ள ஜீவியம்?

பெரிய உறக்கத்திற்குச் செல்ல இருக்கும் தனது நண்பன் லாசருவை உயிர்த்தெழச் செய்ய செல்லும் முன்பு இயேசு கிறிஸ்து சொன்னது என்ன? யோவான் 11:9-10 பகலுக்கு பன்னிரண்டு மணிநேரம் இல்லையா? ஒருவன் பகலிலே நடந்தால் அவன் இந்த உலகத்தின் வெளிச்சத்தைக் காண்கிறபடியினால் இடறமாட்டான். ஒருவன் இரவிலே நடந்தால் தன்னிடத்தில் வெளிச்சம் இல்லாதபடியினால் இடறுவான் என்றார்.

Day: Knowledge of God's will. Night: Absence of this - Charles Spurgeon

மத்தேயு 5:14 உலகத்திற்கு வெளிச்சமாய் இருக்க வேண்டியவர்கள் நாம். நாமே இருளில் நடவாமல் இருக்கவே, அவரது வசனம் நம் கால்களுக்குத் தீபமும் பாதைக்கு வெளிச்சமுமாய் இருக்கிறது, சங்கீதம் 119:105. அதுவே நாம் சிறிய மரணமான உறக்கத்திற்கு சமதானத்தோடே செல்ல உதவிச்செய்யும், நம்மை சுகமாய்த் தங்கப்பண்ணும் கர்த்தர் நம்முடை இருக்கிறார், சங்கீதம் 4:8.

கர்த்தருடைய வேதத்தில் பிரியமாயிருந்து, இரவும் பகலும் அவருடைய வேதத்தில் தியானமாயிருக்கிற மனுஷன் பாக்கியவான், சங்கீதம் 1:3. நமது வேதத் தியானத்திலும் கர்த்தர் பிரியமாயிருக்கிறார். எனது பயணம் எனது பகலான வாழ்க்கை.

இந்திய இலக்கியம் என்ன சொல்கிறது?

வேதாந்தம் என்றால் வேதம்+அந்தம். இது வேதங்களின் கடைசி பகுதி அல்ல. இது வேதத்தை முடிவிற்கு கொண்டு வருவது. வேதங்கள் என்றால் விலங்கு பலிகள், அதைத்தான் கர்ம காண்டம் என்று அழைக்கின்றனர். உபநிடதங்கள் என்றால் பலிகள் இல்லை என்றும் அதை

ஞான காண்டம் என்றும் அழைக்கின்றனர். உப+நி+ஷத் அதாவது குருவிற்குப் பக்கத்தில் அமர்வது. ஆசிரியரின் அருகில் அமர்ந்து பிரம்மனைப் பற்றி (படைப்பாளரை) அறிவது என்று பொருள். ஆகவே வேதாந்தம் என்றால் ஞான காண்டம் ஆகும்.

1கொரிந்தியர் 1:31 கிறிஸ்துவே கடவுளிடமிருந்து நமக்கு வரும் ஞானம். அவரே நம்மை ஏற்புடையவராக்கித் தூயவராக்கி மீட்கின்றார். வேதம் என்பது பலியென்றால் அதனை அந்தப்படுத்துவது வேதாந்தம். ஒரே பலியாக தாமே பலியாகி பலியினை அந்தப்படுத்திய ஞானமான கிறிஸ்துவே நமது வேதாந்தம். வார்த்தையானவரில் பிரியமாயிருக்க நமது பயணத்திற்கு அவர் தேவை?

எது என் படகு?

><}}}}*> 00000 <*{{{{>

<

6. கிறிஸ்து வரி கட்டினாரா?

பேதுரு 12 சீடர்களுக்காகவும் பேசுகின்ற பிரதிநிதியாகவும் இருந்தார். இயேசு கிறிஸ்துவிடமே துணிச்சலாகவும், மனதில் தோன்றியவைகளைக் கேட்கும் அளவிலும், இயேசு அவரைக் கடிந்து கொள்ளும் அளவிற்குப் பேசுகிறவராகவும் நடந்து கொள்ளுகிறவராகவும் இருந்தார்.

- மத்தேயு 15:15 பேதுரு அவரை நோக்கி இந்த உவமையை எங்களுக்கு வெளிப்படுத்தவேண்டும். மத்தேயு 16:16-17 நீர் ஜீவனுள்ள (உயிருள்ள) கடவுளுடைய குமாரனாகிய கிறிஸ்து என்றான்.
- மத்தேயு 16:22-23 ஆண்டவரே இது உமக்கு நேரிடக் கூடாதே, இது உமக்குச் சம்பவிப்பதில்லை என்று அவரைக் கடிந்துகொள்ளத் தொடங்கினான். அவரோ திரும்பிப் பேதுருவைப் பார்த்து எனக்குப் பின்னாகப்போ சாத்தானே, நீ எனக்கு இடறலாயிருக்கிறாய் கடவுளுக்கு ஏற்றவைகளைச் சிந்தியாமல் மனுஷருக்கு ஏற்றவைகளைச் சிந்திக்கிறாய் என்றார்.
- மத்தேயு 18:21 என் சகோதரன் எனக்கு விரோதமாய்க் குற்றம் செய்து வந்தால் நான் எத்தனைதரம் மன்னிக்க வேண்டும்? ஏழுதரம் மட்டுமோ என்று கேட்டான் 19:27 நாங்கள் எல்லாவற்றையும் விட்டு உம்மைப் பின்பற்றினோமே எங்களுக்கு என்ன கிடைக்கும்.
- மத்தேயு 26:33 உமது நிமித்தம் எல்லாரும் இடறலடைந்தாலும் நான் ஒருக்காலும் இடறலடையேன் என்றான்.
- மாற்கு 11:21 ரபீ இதோ நீர் சபித்த அத்திமரம் பட்டுப்போயிற்று என்றான்.
- லூக்கா 8:45 பேதுருவும் அவனுடனே கூட இருந்தவர்களும், ஐயரே திரளான ஜனங்கள் உன்மைச் சூழ்ந்து நெருக்கிக் கொண்டிருக்கிறார்களே என்னைத் தொட்டது யார் என்று எப்படிக் கேட்கிறீர் என்றார்கள் 12:41 இந்த உவமையை எங்களுக்குமாத்திரம் சொல்லுகிறீரோ, எல்லாருக்கும் சொல்லுகிறீரோ என்று கேட்டான்.

- யோவான் 6:68 ஆண்டவரே யாரிடத்தில் போவோம் நித்திய ஜீவ வசனங்கள் உம்மிடத்தில் உண்டே 13:6-9 நீர் ஒருக்காலும் என் கால்களைக் கழுவக்கூடாது என்றான். 13:36-37 நான் இப்பொழுது உமக்குப் பின்னே ஏன் வரக்கூடாது? உமக்காக என் உயிரையும் கொடுப்பேன் என்றான்.
- யோவான் 18:10 சீமோன்பேதுரு தன்னிடத்திலிருந்த பட்டயத்தை உருவி பிரதான ஆசாரியனுடைய வேலைக்காரனை வலதுகாதற வெட்டினான்.
- யோவான் 21:21 பேதுரு இயேசுவை நோக்கி, ஆண்டவரே இவன் (யோவானின்) காரியம் என்ன என்றான்.

மாற்கு நற்செய்தி நூலை மாற்கு, பேதுருவிடம் அனைத்தையும் கேட்டு அவரது கண்காணிப்பில் எழுதியதாக ஆராய்ச்சியாளரின் கருத்து நிலவுகிறது.

- மத்தேயு பேதுருவை முதலாவது சீடராக அறிவிக்கிறார். மத்தேயு 10:2
- மாற்குவும் லூக்காவும் அவரை முதலிலேயே வரிசைப் படுத்துகின்றனர்
- பேதுரு அனைவராலும் முதன்மையான நிலையில் வைத்தே குறிப்பிடுகின்றனர் மாற்கு 3:16-19 லூக்கா 6:14-16 அப்போஸ்தலர் 1:13
- நான்கு நற்செய்தி நூல்களிலும் 109 முறை பேதுருவின் பெயர் குறிப்பிடப்படுகிறது
- யோவான் நற்செய்தி நூலில் மட்டும் 37 முறை
- உயிர்த்தெழுந்த இயேசு, முதலில் பேதுருவுக்கு மட்டுமே தரிசனமானார் என்று பவுல் சொல்கிறார் 1கொரிந்தியர் 15:5

மத்தேயு 17 மறுரூப மலையின் தரிசனமும், சந்திரரோகியைக் குணமாக்கிய பின்பும் நடைபெற்ற நிகழ்வு இதுவாகும். வரிப்பணம் வசூல் செய்கின்ற அதிகாரிகள் இயேசுவைக் குறித்து விசாரிக்க பேதுருவிடம் வந்தனர் (மத்தேயு 17:24-27)

- ◆ ஏன் பேதுருவிடம் வந்தனர்?

- இயேசுவுக்கு அன்பான சீடன் யோவான்
- கூட்டத்தைக் கண்காணித்தவர் பிலிப்பு அந்திரேயா
- பணப்பையை வைத்திருந்தவர் யூதாஸ்

- பேதுருவை அடையாளம் கண்டு வரிவசூலிப்பவர் பேதுருவிடமே வந்தனர்
- பேதுரு அனைவருக்கும் பிரபலமாக இருந்தார்
- பேதுருவுக்கு இயேசுவைப் பற்றித் தெரியும் என்று அவர்கள் அறிந்தனர்
- பேதுரு பதிலளிப்பார் என்றும் எதிர்பார்த்தனர்
- இயேசுவிற்கு நெருக்கமான மூவர் அணி ஒன்று இருந்தது. அதில் யோவான், யாக்கோபு உடன் இருந்தும் பேதுருவே முக்கியமாகவே கருதப்பட்டார்

மத்தேயு 26:69-73 இரண்டு வேலைக்காரிகளாலும் மற்றும் ஒருவராலும் பேதுரு அடையாளம் காணப்பட்டார்.

மாற்கு 16:7 இயேசு கிறிஸ்து உயிர்த்தெழுந்த செய்தி தேவதூதனால், குறிப்பாகப் பேதுருவிற்கு அறிவிக்கப்பட்டது.

இயேசு கிறிஸ்துவைப் போல மரிப்பதற்கும் தமக்குத் தகுதியில்லை என்பதால் தம்மை தலைகீழாகச் சிலுவையில் அறையும்படியாக கேட்டு மரித்தார் பேதுரு என்பது வரலாற்று உண்மை.

The Cross of Saint Peter or Petrine Cross is an inverted Latin cross traditionally used as a Christian symbol in the first century.

பெந்தகோஸ்தே நாளுக்கு பின் அற்புதம் செய்த முதலாவது அப்போஸ்தலர் பேதுரு.

- அப்போஸ்தலர் 2:41 பேதுருவின் வார்த்தையை மகிழ்வுடன் ஏற்றுக் கொண்டு ஞானஸ்நானம் பெற்றவர்கள் 3000 பேர்.
- கலாத்தியர் 2:9 பவுல் குறிப்பிடும் தூண்களில் பேதுரு ஒருவர்.

- பேதுருவின் கூட்டாளிகளுக்கும் புதிய பெயர் கொடுத்தார். மாற்கு 3:17 பொவனெர்கேஸ்
- நீரோ மன்னனால் கைது செய்யப் பட்டு கொல்லப்பட்டதாக ஒரு மரபுச் செய்தி

இப்பகுதியில் (மத்தேயு 17:22-27) அவர்கள் என்கிற சொல் ஏழு முறை வருவதைக் காணலாம் (தமிழ் மொழிபெயர்ப்பில்).

அவரோடு இருக்கும் அவர்களுக்கும் அவரை அறியாத அவர்களுக்கும் உள்ள வேறுபாடுகளை அறிகின்ற வகையிலே அதை நாம் தியானிக்க முடியும்.

மத்தேயு 17:25 பேதுரு துணிவாகப் பதில் சொன்னார். ஒரே வார்த்தையில் பதில் சொன்னார். பேதுரு யோசிக்கவில்லை. தலை சொறியவில்லை. இயேசுவிடம் கேட்டுச் சொல்கிறேன் என்றும் சொல்லவில்லை. தெளிவாகவே 'செலுத்துகிறார்'' என்று பதில் சொன்னார்.

மத்தேயு 5:37 உள்ளதை உள்ளதென்றும் இல்லதை இல்லதென்றும் சொல்லுங்கள் என்று கிறிஸ்து சொன்னார்.

மத்தேயு 17:25 அவன் வீட்டிற்குள் வந்தபோது பேதுரு பேசுவதற்கு முன்பே இயேசு அவரிடம் பேசினார்.

இன்றும் நம்மோடு முதலில் பேசுகிறவர் இயேசு. எப்படி பேசுகிறார்? எவ்வாறு பேசுகிறார்?

மத்தேயு 6:8 உங்களுக்கு இன்னது தேவையென்று முன்பே அவர் அறிந்திருக்கிறார்.

சங்கீதம் 40:1 நம்பக்கம் சாய்ந்து கூப்பிடுதலைக் கேட்கிறவர்

சங்கீதம் 139:4 என் நாவில் சொல் பிறவா முன்னமே அவர் அதை அறிந்திருக்கிறார்

பரிசுத்த ஆவியானவர் இயேசு கிறிஸ்து சொன்னதை நினைப்பூட்டுவார் யோவான் 14:26

அன்பான ஆண்டவரின் கனிவான கேள்வி

சீமோனே உனக்கு எப்படித் தோன்றுகிறது?

மத்தேயு 16:15-16 நீங்கள் என்னை யார் என்று சொல்லுகிறீர்கள் என்று முன்பே சீஷர்களிடம் கேட்டார்.

இன்றும் நம்மிடத்தில் கிறிஸ்து கேட்கின்ற கேள்வி, 'மகனே, மகளே உனக்கு எப்படித் தோன்றுகிறது'. இந்த உலகம் உன்னை கட்டாயப்படுத்தும்போது உனக்கு எப்படித் தோன்றுகிறது. என்னைக் குறித்து உன்னிடம் கேட்கும்போது உனக்கு எப்படித் தோன்றுகிறது. உலகத்தாரைப் போலவே கிறிஸ்தவனாக உள்ள நீயும் சோதனையில் சிக்குண்டு தவிக்கும்போது உனக்கு எப்படித் தோன்றுகிறது. உன் சொந்த மீட்பராக என்னை ஏற்றுக்கொண்ட பின்பு உன் பிரச்சனை போராட்டம் நிந்தை வியாகுலம் இவற்றை இந்த உலகம் கண்டு உன்னைக் கேட்கும்போது உனக்கு எப்படித் தோன்றுகிறது.

மத்தேயு 17:26-27 பிள்ளைகளிடத்திலோ அந்நியரிடத்திலோ யாரிடத்தில் வாங்குகிறார்கள்?

மாற்கு 7:26-27 முந்திப் பிள்ளைகள் திருப்தியடையட்டும். பிள்ளைகளின் அப்பத்தை எடுத்து நாய்க்குட்டிகளுக்குப் போடுகிறது நல்லதல்ல. இந்த வசனத்தின் கிரேக்கத்தின் மொழிபெயர்ப்பினை நாம் அறிந்து கொள்வது அவசியமாகும். கிரேக்க மொழியில் நாய்க்கும் செல்ல நாய்க்குட்டிக்கும் இரண்டு விதமான சொற்கள் பயன்படுத்தப்படும். (Kuon: dog, Kunarion: pet dog) இவ்வசனத்தில் கிறிஸ்து குனேரியன் என்றே குறிப்பிடுவதாக ஆய்வாளர்கள் அறிவிக்கின்றனர்.

நாம் யார்? அவருடைய பிள்ளைகள் இல்லையா?

யோவான் 1:12 அவருடைய நாமத்தின்மேல் விசுவாசம் உள்ளவர்களாய் அவரை ஏற்றுக்கொண்டவர்கள் எத்தனைப்பேர்களோ, அத்தனைபேர்களும் கடவுளுடைய பிள்ளைகளாகும்படி அவர்களுக்கு அதிகாரங்கொடுத்தார்.

ரோமர் 8:14,17 எவர்கள் கடவுளுடைய ஆவியினால் நடத்தப்படுகிறார்களோ அவர்கள் கடவுளுடைய புத்திரராய் இருக்கிறார்கள்.

எபேசியர் 1:6 தம்முடைய தயவுள்ள சித்தத்தின்படியே நம்மை இயேசு கிறிஸ்து மூலமாய்த் தமக்குச் சுவிகார புத்திரராகும்படி முன்குறித்திருக்கிறார்.

யோவான் 20:17 நான் என் பிதாவினிடத்திற்கும் என் கடவுளிடத்திற்கும் உங்கள் கடவுளிடத்திற்கும் ஏறிப் போகிறேன்.

மத்தேயு 17:27 இடறலடையாதபடிக்கு

நமது கடவுள் யாரும் இடறலடைவதை அனுமதிக்கிறவரும் ஆதரிக்கிறவரும் அல்லர். எவருக்கும் நாம் இடறலாய் இருக்கக் கூடாது. அதுவே கிறிஸ்துவின் அன்பு. இராயனுடையதை இராயனுக்கும் கடவுளுடையதைக் கடவுளுக்கும் செலுத்த வேண்டும் என்று போதித்தவர்.

மத்தேயு 18:7 இடறல்களினிமித்தம் உலகத்துக்கு ஐயோ, இடறல்கள் வருவது அவசியம், ஆனாலும் எந்த மனிதனால் இடறல் வருகிறதோ அவனுக்கு ஐயோ.

ரோமர் 14:21 மாம்சம் புசிக்கிறதும், மதுபானம் பண்ணுகிறதும் மற்றெதையாகிலும் செய்கிறதும். உன் சகோதரன் இடறுகிறதற்காவது தவறுகிறதற்காவது பலவீனப்படுகிறதற்காவது ஏதுவாயிருந்தால், அவற்றில் ஒன்றையும் செய்யாமலிருப்பதே நன்மையாயிருக்கும்.

1கொரிந்தியர் 10:33 கடவுளுடைய சபைக்கு இடறல் அற்றவர்களாயிருங்கள்.

மத்தேயு 17:27 நீ கடலுக்குப்போய் தூண்டில் போடு

கடவுளிடம் வாதம் வேண்டாம். நம்முடைய தொழிலில் நாம் முதன்மையாய் இருக்கலாம் ஆனால் கடவுள் எல்லாத் தொழிலிலும் ஞானமும் ஆற்றலும் பெற்றவர். கர்த்தர் சில சமயம் நம்மை கடலுக்குப் போய் தூண்டில் போடும்படி வலியுறுத்துவார். அந்த நிலையில் நாம்

ஒன்றும் புரியாமல் தவிப்போம். பேதுருவின் பார்வையில் சற்று யோசித்துப் பார்த்தால் நமக்குப் புலப்படும். பிறப்பிலேயே மீனவனான பேதுரு, படகுகளை வைத்திருந்தவர் என்றும் வலைகளை அலசிக்கொண்டிருந்தவர் என்றும் அவரது அறிமுகத்திலேயே நாம் வாசிக்கிறோம். அப்படிப்பட்டவர் கடலில் தூண்டில்போட ஒருவேளை தயங்கிப்போயிருக்கலாம் இல்லையா? ஆனால் பேதுரு கீழ்ப்படிந்தார். கடவுள் நமக்குச் சில நேரங்களில் கடலுக்குத் தூண்டில் சிறந்தது என்றே கணக்கிடுகிறார்.

வலை உலகம் சார்ந்தது தூண்டில் ஆவிக்குரியது. நானே வாசல் என் வழியாய் ஒருவன் உட்பிரவேசித்தால் அவன் இரட்சிக்கப்படுவான், அவன் உள்ளும் புறம்பும் சென்று மேய்ச்சலைக் காண்பான், யோவான் 10:9. உள்ளே என்பது ஆவிக்குரிய மேய்ச்சல். புறம்பே என்பது உலகத்திற்குரிய மேய்ச்சல். Will go in and out and find pasture (ESV).

மத்தேயு 17:27 முதலாவது அகப்படுகிற மீனை

பிரச்சனைகளின் தீர்வை எளிமைப்படுத்துகிற கிறிஸ்து. வலைபோட்டால் நிறைய மீன்கள் வரும். வரிப்பணமோ ஒரு மீனில்தான் இருக்கும். பேதுரு கடலில் தூண்டில் போட ஒத்துக்கொண்டிருந்தாலும் எத்தனை மீன்களைப் பிடிக்க வேண்டும் என்று யோசிக்கவோ கேள்வி கேட்கவோ முற்பட்டிருக்கக் கூடும். ஆனால் முதலாவது மீனிலே நமது தேவையை நிறைவ செய்கிறவறாகக் கர்த்தர் இருக்கிறார். அதற்கு நம்மைத் தகுதிபடுத்திக்கொள்ள வேண்டும். பேதுரு தூண்டில் போடவும் வெட்கப்படாமல் கீழ்ப்படிந்தார்.

முதலாவதாக அனைத்தையும் நமக்கு அருளும்படியாகக் கடவுள் காத்திருக்கிறார். நமது வாழ்வில் அநேகமான காரியங்களில் முதலாவதாகப் பயனடைந்திருப்பதைச் சற்று யோசித்துப் பார்ப்போம். முதல் தேர்விலேயே வெற்றி, முதல் நேர்முகத்தேர்வில் வேலை கிடைத்தது, முதல் சிகிச்சை, முதல் மணப்பெண் அல்லது மணமகன் தேர்வு இப்படி எத்தனையோ நம் வாழ்வில் நடந்திருக்கலாம். கடவுள் நமது தேவைகளை ஏன்

நம்மையே முதன்மைப்படுத்துகிறார். நாம் நமது வாழ்வில் கடவுளை முதன்மைப்படுத்துகிறோமா?

மத்தேயு 17:27 அதின் வாயைத் திறந்து பார். ஒரு வெள்ளிப் பணத்தைக் காண்பாய்.

முதலாவது மீன் (முதல் முயற்சி - first attempt), அதின் வாயில் (வாசலில் - at your doorstep). நமக்காகக் கடவுள் அனைத்தையும் ஆயத்தப்படுத்துகிறவர். வரிப்பணம் குறித்த இந்த அற்புதத்தை அவருக்காக மட்டும் செய்யவில்லை. அதை எடுத்து எனக்காகவும் உனக்காகவும் அவர்களிடத்தில் கொடு என்றார். நம்மை அழைத்தாலும் அனுப்பினாலும் நமக்காக எதையும் முன்பே ஆயத்தப்படுத்துகிற ஆண்டவர்.

ஆண்டவர் முதலில் கட்டளை கொடுத்தது பேதுருவுக்கா மீனுக்கா? மீனுக்குத்தான் முதலில் கட்டளை. வரிப்பணத்தை விழுங்காமல் வாயில் அடக்கி வைத்திருக்க வேண்டும், அதோடு தூண்டிலுக்கும் காத்திருக்க வேண்டும். மேலும் நாம் சிந்தித்துப் பார்ப்போம். ஆபிரகாம் பலியிடுவதற்காக ஒரு ஆட்டைக் கர்த்தர் ஆயத்தப்படுத்தியிருந்தார். முள்ளில் சிக்கிக் காத்திருக்கும்படி அதற்கு முன்பே கட்டளை. அதேவிதமாக யோனாவை விழுங்கும்படி பெரிய மீனுக்கு முன்பே கட்டளை. தன்னைவிட்டு விலகிப்போகும் தனது தீர்க்கதரிசி கடலின் ஆழத்திலும் தம்மை நோக்கி ஜெபிப்பான் என்று அறிந்த ஆண்டவர், யோனா ஜெபிப்பதற்காகன இடமாக ஒரு மீனை ஆயத்தப்படுத்தியிருந்தார். யேகோவாயீரே நம் ஆண்டவர்.

மத்தேயு 17:27 அதை எடுத்து எனக்காகவும் உனக்காகவும் அவர்களிடத்தில் கொடு என்றார்

நான் வரிகட்டினேனா என்றுதானே உன்னிடம் கேட்டார்கள் ஆகையால் எனக்காக மட்டும் கொடு என்று சொல்லாமல் எனக்காகவும் உனக்காகவும் என்றார்.

நமது வாழ்க்கை நமக்காகவும் அவருக்காகவும் என்பதை அறிந்திருக்கிறோமா? நமது இரட்சிப்பு, நமது மகிழ்ச்சி நமது சமாமதனம் அனைத்தும் நமக்காகவும்

அவருக்காகவும் என்பதை மறந்துவிடுகிறோமா? அவருக்கு சாட்சியாக நாம் வாழ்ந்தால் நமக்கு நன்மை அவருக்கு மகிழ்ச்சி. அவருக்கு ஊழியம் செய்தால் அவரால் வழிநடத்துதல் பிதாவினால் கனம்.

பேதுருவின் வருமானம் மீன் என்றால் மீன் வாயில் இருந்தது வரிப்பணம். வருமானத்துடன் வருமான வரியையும் சேர்த்தே கடவுள் நமக்கு அளிக்கிறார். இடறலடையாதபடி நாம் செலுத்தவேண்டிய வருமானவரியை ஒழுங்காக கிறித்தவரான நாம் செலுத்துகிறோமா? நமக்காகவும் அவருக்காகவும்!

குருவான கடவுள் இவர் ஒருவர் தானே?

மனித அவதாரம் எடுத்த ஒரே கடவுளான இயேசு கிறிஸ்து மட்டுமே குருவான கடவுள் என்றழைக்கப்பட்டார். அப்படியே தம்மை மாத்திரம் அழைக்கவும் சொன்னார், மத்தேயு 23:10 நீங்கள் குருக்கள் என்றும் அழைக்கபடாதிருங்கள். கிறிஸ்து ஒவேரே உங்களுக்குக் குருவாயிருக்கிறார். நீங்களோ ரபீ என்றழைக்கப்டாதிருங்கள், கிறிஸ்து ஒருவரே உங்களுக்குப் போதகராயிருக்கிறார், மத்தேயு 23:8.

அப்படிப்பட்ட குருவான கடவுளான கிறிஸ்து நற்போதனைகள் சொன்னவராகவும், ஒரு மதத்தை உருவாக்கிப் பின்பற்றச் சொல்லாமல் தம்மையே அவர் பின்பற்றச் சொன்னார். அவர் சொல்லும் உபதேசங்களுக்குக் கீழ்ப்படிந்து நடந்தால் அது நம்மை நல்வழிப்படுத்தும். அவ்வழி மதமாயிராமல் மார்க்கம் என்றே நம்பப்படும்.

இந்திய இலக்கியத்தில் சொல்லப்படும் உண்மை என்ன?

சாவிபோம் மற்றைச் சமயங்கள் புக்கு நின்று
ஆவி அறாதே என்று உந்தீபற
அவ்வுரை கேளாதே உந்தீபற – திருவுந்தியார்

சாவிபோம்: வெளியில் நெல்லைப்போல காட்சியளிக்கும் உள்ளே அரிசியில்லாத பதரைப்போல. மற்றைச் சமயங்கள் புக்கு நின்று: வெறும் சடங்குகளையும் மனிதரின் போதனை மற்றும் உபதேசங்களைக் கொண்ட

சமயங்களில் இருந்து கொண்டு. ஆவி அறாதே: வாழ்வினை அழித்துக்கொள்ளாதே. அவ்வுரை கேளாதே: அப்படிப்பட்ட சமயத்தின் போதனையை கேளாதே. வீடுபேறு அடைய முடியாது போகும்.

வழிநடத்தும் குருவானவர் ஆயத்தப் படுத்தமாட்டாரா?

லூக்கா 5:4 பேதுருவை இயேசு பிடித்தபோது அவருக்கு ஆழமாக வலைபோடக் கற்றுக் கொடுத்தார்.
மத்தேயு 17:27 பேதுரு ஊழியத்திற்கு வந்தவுடன் தூண்டில் போடக் கற்றுக் கொடுத்தார்.
யோவான் 21:3 பேதுரு மீண்டும் மீன்பிடிக்கச் செல்வதாக முடிவெடுத்தபோது, என்னை நேசிக்கிறாயா என்று கேட்டு என் ஆடுகளை மேய்ப்பாயாக என்றார்.

பேதுருவை மக்கள் அடையாளம் கண்டு கொண்டிருந்தனர். வரிப்பணம் வசூலிப்பவர் கூடப் பேதுருவைக் கேட்டால் இயேசு கிறிஸ்துவைப்பற்றி விவரம் சொல்லுவார் என்று அறிந்து வைத்திருந்தனர். பிரதான ஆசாரியர் வீட்டு வேலைக்காரியும் பேதுருவை அடையாளம் கண்டு அவர் இயேசுவோடு இருந்தவர் என்று அறிந்திருந்தை நாம் அறிவோம். இயேசு கிறிஸ்து உயிர்த்தெழுந்த செய்தியைச் சொன்ன தேவதூதன் கூட கல்லறையிடத்திற்கு வந்த பெண்களிடம் “நீங்கள் அவருடைய சீடரிடத்திற்கும் **பேதுருவினிடத்திற்கும்** போய் உங்களுக்கு முன்னே கலிலேயாவுக்குப் போகிறார், அவர் உங்களுக்குச் சொன்னபடியே அங்கே அவரைக் காண்பீர்கள் என்று அவர்களுக்குச் சொல்லுங்கள் என்றான், மாற்கு 16:7. தேவதூதனும் பேதுருவின் பெயரைக் குறிப்பிட்டுச் சொல்லும் அளவிற்குக் கிறிஸ்துவுடன் பேதுருவின் உறவானது இருந்தது.

நான் எப்படி எவ்விதம் உள்ளேன்? கிறித்தவனாக(ளாக), கிறிஸ்துவுக்குள் இருப்பவனாக(ளாக) அடையாளம் காட்டுகிறேனா? கிறிஸ்துவைப் பற்றிக் கேட்பவருக்கு என்னால் பதில் சொல்லும் திராணியுடன் இருக்கிறேனா? கிறிஸ்துவைக் குறித்து சாட்சி சொல்வதற்கு துணிச்சல் உள்ளவனா(ளா)? கிறிஸ்து என்னிடம் வலைபோடச் சொன்னாலும், தூண்டில்போடச் சொன்னாலும் கீழ்ப்படியக் காத்திருக்கிறேனா?

கிறித்தவனாக, கிறித்தவளாக, அவரைப் பற்றி இவரிடம் கேட்டால் இவர் அவரைப் பற்றி அறிவிப்பார் என்று அவர்கள் (உலகம்) அறிந்திருக்கும் விதமாக எனது சாட்சி வாழ்க்கை உள்ளதா?

ரோமர் 1:14-16

கிரேக்கருக்கும் மற்ற அந்நியர்களுக்கும், ஞானிகளுக்கும், மூடருக்கும் நான் **கடனாளியாயிருக்கிறேன்**. Iam a debtor to Greeks and barbarians, wise and unwise.

ரோமாபுரியிலிருக்கிற உங்களுக்கும் என்னால் இயன்றமட்டும் நற்செய்தியைப் பிரசிங்கிக்க **விரும்புகிறேன்**. Iam ready as much as in me.

கிறிஸ்துவின் நற்செய்தியைக் குறித்து நான் **வெட்கப்படேன்**. Iam not ashamed of the Gospel of Christ?

Which is my boat?

><}}}}*> 00000 <*{{{{>

<

7. சிறைச்சாலையில் பேதுரு

அப்போஸ்தலர் 12:1-19

மன்னன் ஏரோது சபையிலே (ஆதித்திருச்சபையிலே) சிலரைத் துன்பப்படுத்தத் தொடங்கினான். இந்த ஏரோது யாரென்றால் அகிரிப்பா ஏரோது. அரிஸ்டோபுலஸின் மகன். யோவான் ஸ்நானகனை கொலை செய்தவனான, அந்திபா ஏரோதின் சகோதரனின் மகன். இயேசு கிறிஸ்து பிறந்தபோது இரண்டு வயதுக்குட்பட்ட குழந்தைகளை கொல்லும்படி உத்தரவிட்ட ஏரோதுவின் பேரன்.

இந்த அகிரிப்பா ஏரோது, யோவானுடைய சகோதரனும் இயேசு கிறிஸ்துவின் 12 சீஷர்களின் ஒருவனுமாகிய யாக்கோபைப் பட்டயத்தினாலே கொலை செய்தான். இந்த நிகழ்வு இயேசு கிறிஸ்துவின் தீர்க்தரிசனமாகவே நம்மால் எண்ணிக்கொள்ள முடியும். மத்தேயு 20:20-23.

இந்தக் கொலையைக் கண்ட யூதர்கள் மகிழ்ச்சியடைந்தனர் என்று வேதம் சொல்கிறது. மேலும், அதனை அறிந்த, அதாவது யூதர்கள் மகிழ்வதை அறிந்துகொண்ட ஏரோது பேதுருவையும் பிடிக்கத் தொடர்ந்தான் என்று வாசிக்கிறோம்.

பேதுருவின் முதல் இரண்டு கைதான அனுபவங்கள்:

அப்போஸ்தலர் 4:3 அவர்களைப் பிடித்து சாயுங்காலமாக இருந்தபடியினால் மறுநாள்வரைக்கும் காவலில் வைத்தார்கள்

அப்போஸ்தலர் 5:18-19 அப்போஸ்தலர்களைப் பிடித்துப் பொதுவான சிறைச்சாலையிலே வைத்தார்கள்

அப்போஸ்தலர் 5:29 பேதுருவும் மற்ற அப்போஸ்தலரும் : மனுஷருக்குக் கீழ்ப்படிகிறதைப்பார்க்கிலும் கடவுளுக்குக் கீழ்ப்படிகிறதே அவசியமாயிருக்கிறது.

இந்த மூன்றாம் முறை கைதான அனுபவத்தில் பேதுரு கர்த்தர் செய்த அற்புதத்தை முதலில் உணராமல் இருந்தார்.

கர்த்தரின் அற்புதத்தை அவரின் வழிநடத்துதலில் நாம் சற்றுச் சிந்தித்துப் பார்க்கலாம், அப்போஸ்தலர் 12:6-10

- போர்ச்சேவகரின் இயலாமை:
  அவர்களும் உறங்கியிருக்கக்கூடும்
- சங்கிலிகள் தானாக கழன்று விழுந்தன:
  சத்தமின்றி விழுந்திருக்க வேண்டும்
- மூன்று வாசல்களையும் கடந்தனர்:
  அனைவரின் கண்களும் மறைக்கப்பட்டிருக்ககூடும்
- இருப்புக்கதவு தானாக திறந்தது:
  கர்த்தருக்கு இருப்புக் கதவுகளும் கீழ்ப்படிந்தன
- ஒரு வீதி நெடுக நடந்து போனார்கள்:
  கடவுள் தேவதூதனையும் உடன் நடக்க வைத்தார்

அறையிலே வெளிச்சம் பிரகாசித்தது. அப்படியும் பேதுரு எழுந்து கொள்ளாததால் தேவதூதன் அவரை விலாவிலே தட்டி, சீக்கிரமாய் எழுந்திரு என்று சொல்லி எழுப்பினான்.

- பேதுருவுக்குத் தெளிவு வந்த போது
- அப்போஸ்தலர் 12:10 (நெடுக நடந்தால் தெளிவு வரும்)
- ஏரோதின் கைக்கும் யூத ஜனங்களின் எண்ணங்களுக்கும் தன்னை விடுதலையாக்க
- கர்த்தர் தம்முடைய தூதனை அனப்பினாரென்று
- இப்பொழுது மெய்யாய் அறிந்திருக்கிறேன் 12:11
- அற்புதங்கள் கர்த்தரால் நடைபெறுவதை அறிய, அற்புதத்தைக் கண்ட பின்பு நாம் தெளிவு பெறவேண்டும்

தேவதூதன் தன்னைவிட்டுச் செல்லும்வரை பேதுரு அவன் தேவதூதன் என்பதை உணராதிருந்தார். எபிரேயர் 13:2

இந்திய இலக்கியம் அறிவுறுத்துவது என்ன?

தெளிவு குருவின் திருமேனி காண்டல்
தெளிவு குருவின் திருநாமம் செப்பல்
தெளிவு குருவின் திருவார்த்தை கேட்டல்
தெளிவு குருஉரு சிந்தித்தல் தாமே – திருமூலர்

தெளிவு என்பது குருவான கடவுளின் திருமேனியைக் காண்பதாகும். திருமேனியைக் காண்பது என்பது உணர்வது அல்லது அறிவது என்றே பொருந்தும். நமது ஆன்மக்கண் கொண்டு காண்பதாகும். அருவுருவானக் கடவுள் உருவமாய் வந்த அவரது திருமேனியை மனதால் காண்பது (கிறித்தவம் சொல்லும் நமக்காக திருரத்தத்தைச் சிந்திய திருமேனி). குருவான கடவுள் உரைத்த அவரது திருவார்த்தைகளை (போதனைகள்) மனனம் செய்வது. அவரது திருநாமத்தை உச்சரித்துத் துதிபாடுவது. இவற்றைச் செய்வதே தெளிவு கொண்ட ஆன்மீகமாகும்.

அப்போஸ்தலர் 12:4 வகுப்புக்கு நான்கு போர்ச்சேவகர் என்று பேதுரு நான்கு வகுப்புகளின் வசமாக ஒப்புவிக்கப்பட்டார்.

- அப்படியென்றால் 16 போர்ச்சேவகர்கள்
- இரண்டு சங்கிலிகளினால் கட்டப்பட்டிருந்தார்
- இரண்டு சேவகர் நடுவில் நித்திரை பண்ணிக் (உறங்கிக்) கொண்டிருந்தார்
- கதவிற்கு முன்பு காவற்காரர்கள் காத்துக் கொண்டிருந்தனர்
- அப்பொழுது கர்த்தருடைய தூதன் அங்கே வந்து நின்றான்

இந்தப் பாதுகாப்பு ஒரே ஆளான பேதுருவின் பலத்தை நிர்ணயித்தல்ல. பேதுரு அறிவித்த கடவுளின் பலத்தின் மேலிருந்த பயத்தினால் கொடுக்கப்பட்ட பாதுகாப்பு.

இயேசு கிறிஸ்து படகில் நித்திரையாயிருந்த போது நாங்கள் மடிந்து போகிறது உமக்குக் கவலையில்லையா என்று கேட்டவர்களில் பேதுருவும் ஒருவர் தானே? மாற்கு 4:38.

ஆனால் இன்று சங்கிலிகள் கட்டப்பட்ட நிலையிலும் பேதுரு நித்திரையாயிருந்தார்!

கர்த்தருடைய தூதன் வந்து நின்றான் அப்போஸ்தலர் 12:7
அறையில் வெளிச்சம் பிரகாசித்தது. அது தூதரின் வெளிச்சமல்ல கர்த்தரின் வெளிச்சம். தேவதூதன் பேதுருவை விலாவிலே தட்டி.

தேவதூதர்களும் நமக்கு நெருக்கமானவர்கள். கர்த்தர் மூலம் அவர்கள் நம்மை நெருங்கி வரவும் அனுப்பப்படுகின்றனர்.

சங்கீதம் 82:6 நம்மையே தேவ தூதர்களாக அழைத்தவர் நமக்காகத் தூதர்களை அனுப்பாமலிருப்பாரா?

சங்கீதம் 104:4 தம்முடைய தூதர்களை காற்றுகளாகவும், தம்முடைய ஊழியக்காரரை அக்கினி ஜுவாலைகளாகவும் செய்கிறார்.

- சீக்கிரமாய் எழுந்திரு
- எழாமல் விடுதலையில்லை
- சங்கிலிகள் பேதுருவின் கைகளிலிருந்து தானாக விழுந்தன
- தொட்டு எழுப்பியவன் சங்கிலியைக் கழட்டவில்லை.

சீக்கிரமாய் எழுந்திரு என்று சொன்ன தேவதூதன் அடுத்து சொன்ன கட்டளைகள். அப்போஸ்தலர் 12:8-9

- அரைக்கச்சையை கட்டு (எபேசியர் 6:14)
- பாதரட்சையை தொடுத்துக் கொள் (எபேசியர் 6:15)
- வஸ்திரமணிந்து கொள் (எபேசியர் 6:14)
- என் பின்னே வா (லூக்கா 9:23)

தேவதூதன் பேதுருவால் செய்ய முடிந்ததையெல்லாம் பேதுருவையே செய்யச் சொன்னான். அனுப்பப்பட்ட தூதனால் செய்யப்பட்டது பேதுருவைத் தட்டி எழுப்பினது மட்டுமே.

மெய்யென்று அறியாமல்

- பேதுரு தான் ஒரு தரிசனங்காண்கிறதாக நினைத்தார்
- பேதுரு கனவு காண்பதாக நினைக்கவில்லை.
- ‘இப்பொழுது அறிந்திருக்கிறேன் என்றான்’ என்றால் தனக்குத் தானே பேசி மகிழ்ந்தார் என்று அர்த்தம்.
- தரிசனம் கண்ட மகிழ்ச்சியின் வார்த்தைகள்.

அப்போஸ்தலர் 12:12-17 பேதுரு கர்த்தர் தான் தூதனை அனுப்பினார் என்பதை நிச்சயித்துக் கொண்டு மாற்கு வீட்டிற்கு வந்தார் (John Mark, who wrote the Gospel of Mark).

மாற்கு நற்செய்தி நூல் பேதுருவிடம் செய்திகளைக் கேட்டு எழுதப்பட்டது என்று ஆராய்ச்சியாளர்கள் கூறுகின்றனர். மாற்குவின் தாயார் மரியாளின் இந்த வீடே மேல்வீட்டறை என்றும் நம்பப்படுகிறது. அங்கே அநேகர் கூடி பேதுருவிற்காக ஜெபம் பண்ணிக் கொண்டிருந்தார்கள்.

பேதுரு வாசற்கதவைத் தட்டினபோது ரோதை எனும் பெண் ஒற்றுக் கேட்டாள். பேதுருவின் விடுதலைக்காக ஜெபித்தது விடையளிக்கப்பட்டதாக விசுவாசித்தவள் ரோதை மட்டுமே.

- ரோதை என்றால் ரோஜா என்று பொருள்
- ரோதை பேதுருவின் சத்தத்தை அறிந்தவள்
- சந்தோஷத்தில் கதவைத் திறக்க மறந்து ஓடினாள்
- பேதுரு வாசலில் நிற்கிறார் என்று அறிவித்தாள்
- மிகப்பெரிய விசுவாசத்தின் வார்த்தை
- ஒற்றுக்கேட்க வந்தவள் சத்தத்தை அறிந்து சந்தோஷமானாள் 12:13-14.

சந்தோஷத்துடன் ஓடி அறிவித்தவளை பிதற்றுகிறாய் என்று ஜெபித்துக் கொண்டிருந்தவர் கூறினர் அப் 12:13-15. ரோதை பேதுருவின் சத்தத்தை அறிந்து விசுவாசித்து துணிச்சலாக பதில் சொன்னாள்.

அப்போஸ்தலர் 12:5 விசுவாசமில்லாமல் ஊக்கத்துடன் ஜெபித்துப் பிரயோஜனமில்லை.

- விசுவாசத்தில் உறுதிப்பட்ட நம்பிக்கை.
- பேதுரு அந்த சிறு பெண்ணிடம் அன்பாய் பேசுபவராக இருந்திருக்க வேண்டும்.
- கதவைத் திறக்க ஓடியதால் அவள் வேலைக்கார சிறுமியாகவும் இருக்கலாம்.
- ஆனால் அவ்வீட்டிற்கு வரும் பேதுருவின் குரலில் நன்கு பரிச்சயமுள்ள பெண்ணாய் இருந்தாள் ரோதை.

அப்போஸ்தலர் 12:15 அவளோ பேதுருதான் என்று உறுதியாய் சாதித்தாள். காணாதிருந்தும் விசுவாசித்த பாக்கியவதி அந்த ரோதை.

- தூதனாயிருக்கலாம் பேதுருவல்ல என்று மற்றவர்கள் சாதித்தார்கள்.
- அவர்களின் அவிசுவாசத்தினால் கதவைத் திறப்பதில் தாமதம்.
- பேதுரு கதவைத் தட்டிக் கொண்டிருந்தார்.
- 12:16 திறவாமல் விசுவாசத்தில் பிரமித்தாள் ரோதை.
- நம்பாத அவர்கள் திறந்தபோது பேதுருவை கண்டு பிரமித்தார்கள்.

அப்போஸ்தலர் 12:17 விசுவாசியாமல் தர்க்கம் பண்ணிக் கொண்டிருந்தவர்களை பேசவும் விடவில்லை பேதுரு. கர்த்தர் தன்னை காவிலிலிருந்து விடுதலையாக்கின விதத்தை
அவர்களுக்கு விவரித்தார்.

- இந்தச் செய்தியை யாக்கோபுக்கு அறிவியுங்கள் என்று சொன்னார்.
- இந்த யாக்கோபு இயேசுவின் சகோதரரானவரும், யாக்கோபு நிருப நூலையும் எழுதினவர்.
- சொல்லி புறப்பட்டு வேறொரு இடத்திற்கு பயணமானார் பேதுரு.

- பேதுருவைக் குறித்து சேவகருக்குள்ளே உண்டான கலக்கம் கொஞ்சமல்ல 12:18
- ஏரோது காவற்காரரை கொலை செய்யும்படி உத்தரவிட்டான்.

அப்போஸ்தலர் 12:23 பேதுருவை விடுவித்த கர்த்தருடைய தூதன் ஏரோதை அடித்தான். ஏரோது புழுப்புழுத்து இறந்தான்.

விசுவாசத்தைக் குறித்து பேதுரு நமக்கு சொல்வது என்ன? தெரிந்து கொள்ளப்பட்டவர்கள் யார் எதற்கு?

1 பேதுரு 1-ம் அதிகாரம்

பிதாவின் முன்னறிவின்படி (சித்தப்படி) ஆவியானவரின் பரிசுத்தமாக்குதலினால், கிறிஸ்துவின் இரத்தம் தெளிக்கப்படுதலுக்கும் கீழ்படிதலுக்கும், தெரிந்து கொள்ளப்பட்ட பரதேசிகள் (strangers)

- 1:4 அழியாததும் மாசற்றதும் வாடாததுமாகிய சுதந்தரத்திற்கேதுவாக,
- ஜீவனுள்ள நம்பிக்கை உண்டாகும்படி தமது மிகுந்த இரக்கத்தின்படியே நம்மை மறுபடியும் ஜெநிப்பித்தார்.
- அந்தச் சுதந்தரம் பரலோகத்தில் வைக்கப்பட்டுள்ளது
- 1:10-13 இரட்சிப்பைக் குறித்து தீர்க்கதரிசனமும்,
- கிறிஸ்துவின் பாடும் அதன்பின் வரும் மகிமைகளின் முன்னறிவிப்பும்
- தங்கள் நிமித்தமல்ல நமது நிமித்தம் தெரிவிக்கப்பட்டது.

பொன் : விசுவாசம், நெருப்பு : சோதனை. பொன்னைப் பார்க்கிலும் அதிக விலையேறப்பெற்றது விசுவாசம்!

- 1:7 பொன்னைப் பார்க்கிலும் அதிக விலையேறப் பெற்றதாயிருக்கும் விசுவாசம் சோதிக்கப்படும்
- 1:8-9 காணாமல் அன்புகூர்ந்து தரிசியாமலும் விசுவாசத்தினால் சொல்லிமுடியாத மகிமையால்

நிறைந்து சந்தோஷத்தினால் களிகூரந்தால் ஆத்தும இரட்சிப்பை அடைகிறீர்கள்

- சுவிசேஷத்தை பிரசங்கித்தவர்கள் மூலம் இவைகள் அறிவிக்கப்பட்டது. இதை தேவதூதர்கள் ஆசையாய் உற்றுப் பார்க்கிறார்கள்
- ஆகையால் நமது மனதின் அரையைக் கட்டிக் கொண்டு, தெளிந்த புத்தி யுள்ளவர்களாயிருந்து, இயேசு கிறிஸ்து வெளிப்படும்போது நமக்கு அளிக்கப்படுங் கிருபையின் மேல், பூரண நம்பிக்கை யுள்ளவர்களாயிருங்கள்.

கிறிஸ்துவுக்குள் பேதுருவின் பயணம்: அப்போஸ்தலர் 2-9

2:14-41 எருசலேமில் பெந்தகோஸ்தே தினத்தில் பேதுருவின் நற்செய்தியை 3000 பேர் கேட்டனர்.

3:1-4:22 பேதுரு அலங்கார வாசலில் ஒரு முடவனை குணமாக்குகிறார். பேதுருவை யும் யோவானை யும் ஆலய காவலாளிகள் அவர்கள் பிரசங்கம் செய்ததற்காக கைது செய்கின்றனர்.

5:1-16 ஆதித் திருச்சபையின் தலைமையில் இருக்கையில் அனனியா சப்பீராள் இருவரும் நிலத்தை விற்றதில் பொய் சொன்னதற்காக கண்டிக்கிறார். அவர்கள் மரிக்கின்றனர்.

5:17-42 எருசலேமில் பேதுருவும் மற்ற அப்போஸ்தலரும் கைதான போது பேசுகிறார்.

8:14-24 பேதுருவும் யோவானும் சமாரியா கிராமங்களுக்கு சென்று பிரசங்கித்து ஜெபித்தபோது அநேகர் பரிசுத்த ஆவியைப் பெற்றார்கள்.

9:32-35 பேதுரு லித்தா ஊரில் எட்டு வருட திமிர்வாதக்காரன் ஐனெயாவை குணமாக்கினார்.

அப்போஸ்தலர் 9:36-43 பேதுரு யோப்பா பட்டணத்தில் வியாதிப்பட்டிருந்த தொற்காள் எனும் தபீத்தாள் மரித்தபோது முழங்காற்படியிட்டு ஜெபித்து அவளை உயிருடன் எழுப்பினார்.

அப்போஸ்தலர் 10:9-23 பேதுரு யோப்பா பட்டணத்தில் சீமோன் எனும் தோல் பதனிடுபவன் வீட்டில் தங்கியிருந்தபோது யாரையும் தீட்டாக எண்ணாதே என்று ஒரு தரிசனத்தை கர்த்தர் கொடுத்தார்.

இதன் பின்பு கொர்நெலியுவின் ஊழியர்கள் யோப்பாவிற்கு வரும்போது பேதுரு புறவினத்தவர்களாகிய அவர்களை தனது விருந்தினர்களாக வரவேற்றார்.

அப்போஸ்தலர் 10:23-48 கி.பி.35ல் பேதுரு செசரியாவிற்கு வந்து கொர்நேலியுவின் குடும்பத்தாருக்கு உயிர்த்தெழுதலின் நற்செய்தியை அறிவிக்கிறார்.

அங்கிருந்த அனைவரும் ஆறு யூத விசுவாசிகளும் பரிசுத்த ஆவியின் அபிஷேகத்தைப் பெற்றனர் (அப்போஸ்தலர் 11:12).

புதிய புறவினத்து விசுவாசிகள் ஞானஸ்நானம் பெற்று பரிசுத்த ஆவியின் அபிஷேகம் அடைந்தனர் (அப்போஸ்தலர் 10:46).

பேதுரு அநேக நாட்கள் செசரியாவில் தங்கி ஊழியம் செய்தார்.

11:1-18 பேதுரு எருசலேம் வந்து யூத விசுவாசிகளுடன் தங்க தீவிர யூதவிசுவாசிகள் விருத்தசேதனம் அடையாத புறவினத்தவருடன் பேதுரு அமர்ந்து உண்டதற்காக விசமர்சிக்கின்றனர். ஆனால் அநேக யூதர்கள் புறவினத்து விசுவாசிகளை ஏற்றுக் கொண்டனர்.

நம்முடைய கர்த்தரும் இரட்சகருமாகிய இயேசு கிறிஸ்துவின் கிருபையிலும் அவரை அறிகிற அறிவிலும் வளருங்கள். 2 பேதுரு 3:18

இதுவே கிறித்தவ வாழ்வின் விசவாசப் பயணம். இந்தப் பயணம் இனிதே செல்ல கர்த்தருக்குப் பிரியமான ஒரு படகு எனக்குத் தேவை.

எது என் படகு?

><}}}}*> 00000 <*{{{{><

8. பேதுருவின் கோபம்

நடக்கப்போகிறதை கண்டு, ஆண்டவரே பட்டயத்தினால் வெட்டுவோமா என்றார்கள். அந்தப்படியே ஒருவன் (பேதுரு) பிரதான ஆசாரியனுடைய வேலைக்காரனை வலது காதற வெட்டினான். அப்பொழுது இயேசு, இம்மட்டில் நிறுத்துங்கள் என்று சொல்லி, அவனுடைய காதைத் தொட்டு அவனைச் சொஸ்தப்படுத்தினார். லூக்கா 22:49-51

- கெத்செமனே இரவு நேரம்
- இயேசு தனிமையில் ஜெபம்
- தீவட்டிகளுடன் யூதாசுடன் போர்ச்சேவகர் வந்தனர்
- யூதாஸ் முத்தமிட்டான்
- சீஷர்கள் பட்டயத்தினால் வெட்டுவோமா என்றனர்
- பேதுரு ஆசாரியனுடைய வேலைக்காரனை வலது காதற வெட்டினார், லூக்கா 4:17-21

போர்ச்சேவகர் திரும்பத் தாக்குவதற்கு முன் இயேசு அந்தச் சூழலைத் தன் அற்புதத்தினால் அமைதியாக்கினார்:

- ஓர் இரவில் தங்கள் கனவு எதிர்பார்ப்பு பாதுகாப்பு எல்லாம் இழக்கப்படும் போது ஏற்பட்ட நெருக்கடியில் வன்முறை
- இந்த நகழ்ச்சி முக்கியமானதாக இருப்பதால் இது நற்செய்தி நூல்களில் சேர்க்கப்பட்டுள்ளது
- பேதுரு குறிப்பாய் அந்த வேலைக்காரனை பட்டயத்தைக் கொண்டு வெட்டவில்லை. வீசிய பட்டயம் ஒருவனை வெட்டியது.
- எல்லோரும் தன்னைப் பின்பற்றி வெட்டுவார்கள் என்று நம்பி அந்த வன்முறைச் செயலுக்கு முந்திக் கொண்டார் பேதுரு

- பட்டயத்தை எடுத்துக் கொள்ளுங்கள் என்று இயேசு சொன்னதைத் தவறாய்ப் புரிந்து கொண்ட சீடர்கள்
- யாக்கோபு 1:18-19 நம்மைச் சத்திய வசனத்தினால் ஜெனிப்பித்தார் (பிறப்பித்தார்) ஆகையால் பேசுகிறதற்குப் பொறுமையாயும் கோபிக்கிறதற்குத் தாமதமாயும் இருக்க வேண்டும்.

நமது கோபமும் கர்த்தருடைய நீதியும் எதிர்மறையாய் உள்ளன. வீரத்தை விடப் பயமே நமது கோபத்திற்குக் காரணம்.

- மாற்கு 8:35 தன் ஜீவனை இரட்சிக்க
- உங்கள் சிலுவையை எடுத்துக் கொண்டு என் பின்னே வாருங்கள்
- உலகம் முழுவதையும் ஆதாயப்படுத்திக் கொண்டாலும் தன் ஜீவனை நஷ்டப்படுத்தினால் அவனுக்கு லாபம் இல்லை
- உங்களில் முதன்மையாய் இருக்க விரும்புகிறவன்
- தன் ஜீவனை (உயிரை அல்லது வாழ்வை) இழப்பவன் அதை இரட்சித்துக் கொள்வான்
- தன் ஜீவனை விரும்புகிறவன் அதை இழந்து போவான்

இழக்கக் கூடாததைப் பெறுவதற்கு எதை வைத்திருக்க முடியாதோ அதை இழப்பவன் மூடன் அல்லன் - Aucas

மத்தேயு 26:52 பட்டயத்தை எடுக்கிற யாவரும் பட்டயத்ததால் மடிந்து போவார்கள்.

இவ்விதமாய் நிகழ்ந்திருக்க வேண்டும்

- ஒரு சீடருக்கு ஒரு லேகியோன் என்ற கணக்கு வீதம்
- 72000 தேவதூதர்கள்
- 2 ராஜாக்கள் 19:35 185000 பேரை 1தூதன்
- 185000 x 72000 = 13,320,000,000
- மத்தேயு 26:54 வேத வாக்கியம் நிறைவேற

- 26:55 கள்ளனைப் பிடிக்க
- 26:56 அப்பொழுது சீஷர்கள் எல்லாரும் அவரை விட்டு ஓடிப் போனார்கள்
- எல்லாத் தீர்க்கதரிசன வசனங்களும் நிறைவேறுவதைக் கேட்டு ஓடினார்கள்

J. C. Ryle என்னும் வேத அறிஞர் இவ்விதமாக தமது கருத்தைச் சொல்கிறார்.

- தம்மால் எதுவும் முடியாமல் கிறிஸ்து மரிக்கவில்லை
- தம்மைக் காப்பாற்றிக் கொள்ள முடியாமல் அவர் பாடுகள் அனுபவிக்கவில்லை
- தாம் சம்மதிக்காமல் பிலாத்துவின் போர்ச்சேவகர்கள் அவரை எடுத்துச் சென்றிருக்க முடியாது
- அவர் அனுமதியாமல் அவரது தலைமுடியைக் கூட யாரும் காயப்படுத்தியிருக்க முடியாது
- கடவுளிடம் அல்ல கடவுளுடன் இழப்பதற்கு கற்றுக் கொள்ள வேண்டும்
- நமது பெலன், புகழ், பெயர், அந்தஸ்து (தகுதி), உயர்வு, நமக்குப் பிரியமான அனைத்தையும் விட்டுவிட்டு கர்த்தருடன் சேர்ந்து அவைகளை இழக்க வேண்டும்
- உலகம் புரிந்து கொள்ள முடியாத ஆசீர்வாதத்தை அது நமக்கு கொடுக்கும் என்பது நமக்குப் புரிந்திருக்க வேண்டும்.

இழப்பது என்றால் என்ன? விட்டுவிடுவதா? உலகம் ஏமாற்றுவதைப் பார்த்துக் கொண்டிருப்பதா? கர்த்தரின் சித்தம் உணர்வதே. ஏசாயா 53:10

- விட்டுவிடுவது என்பது கட்டுப்பாட்டில் உள்ள உரிமையை விட்டுக் கொடுப்பது
- விட்டுவிடுவது என்பது நம்மிடம் எல்லாவற்றிற்கும் பதில் இல்லை என்பதை ஒத்துக் கொள்வது
- விட்டுவிடுவது என்பது மற்றவர்களை நாம் கையாள வேண்டாம் என்று விட்டுக் கொடுப்பது

- விட்டுவிடுவது என்பது நம் உணர்ச்சிகளைக் கடவுளிடம் ஒப்புக் கொடுத்து அமைதி காப்பது
- விட்டுவிடுவது என்பது இனி நான் இந்த உலகத்தை ஆளும் பதவியை இராஜினாமா செய்து விட்டேன் என்பது
- புனித வெள்ளி இல்லாமல் உயிர்த்தெழுதலின் ஞாயிறு இல்லை

நாம் உலகத்தை எதிர்த்து நிற்பது என்பது பேதுருவின் ஒரேயொரு தனிப் பட்டயம் போன்றது. 12 லேகியோனுக்கு இணையானதல்ல.

- பேதுரு தமது கன்னத்தை மட்டுமல்ல மறுகன்னத்தைக் திருப்பிக் காட்டக் கற்றுக் கொடுத்த இயேசுவின் போதனையை, இயேசு கிறிஸ்துவே கடைபிடிப்பதைக்கூடத் தடுத்துவிட எத்தனித்தார்
- சத்துருவையும் நேசி என்று தனக்குப் போதிக்கப்பட்டதை மறந்தார்
- சொந்தக் குமாரனைத் தந்தருளி உலகத்தில் அன்பு கூறிய பிதாவின் சித்தத்திற்கும் தடையாய் இருக்க முற்பட்டார்
- இந்த அவசரக் கோபம் நிதானமாய்க் கிறிஸ்துவை மறுதலிக்கும் அளவிற்குச் சென்று அதுவே பயமாய் மாறியது
- கிறிஸ்து தன்னைக் காயப்படுத்த வந்தவனையும் குணமாக்கினார் என்பதே சரியான வீரம். இதைப் பேதுரு அறியாமற் போனார்
- பேதுரு புனித வெள்ளிக்குத் தடையாய் இருக்கப் பார்த்தார்
- ஆகையால் உயிர்த்தெழுந்த ஆண்டவர் முதலில் அவரைச் சந்தித்தார்

காயப்பட்டவர்களைக் குணமாக்கும் கர்த்தர்

- யோவான் 18:11
- பிதாவின் பாத்திரம்
- Not a sword to retalliate but a cup to receive
- வெட்டப்பட்டு ஒட்டப்பட்ட மல்குஸ் காது

- காய்பாவின் வீட்டு வேலைக்காரன் மத்தேயு 26:57
- மல்குஸ் என்பதற்கு ராஜா என்று பொருள். மூலச்சொல்: மெலேக்
- உயிர்த்தெழுதலின் அற்புதத்தில் மறந்து போன கடைசி அற்புதம்
- பெரிய அதிசயம் (உயிர்த்தெழுதல்) செய்யப் புறப்படும் சமயம் செய்த சிறிய அற்புதம் (மல்கூசின் காதை ஒட்டவைத்து குணமாக்கியது)
- சரீரம் (உடல் சார்ந்த) குணப்படும் கடைசி அற்புதம்
- தான் மரிப்பதற்கு பலியாவதற்குக் காரணமாயிருந்த உலக மக்களில் ஒருவனை தான் மரிக்கும் முன்பும் குணமாக்கினார்

காயம் கட்டுகிறவர் நல்ல சமாரியன் உவமையை நினைவு படுத்தி புறப்பட்டார். தமக்கு எதிராக வந்தவனை எதிர்த்து நிற்காமல், அவன் காயப்பட்டு நிற்கையில் குணமாக்கி அனுப்பினார். அவரது கையை கட்டவந்தவன் அவரது அன்பில் கட்டப்பட்டான்.

யோவான் மட்டுமே மல்குஸின் பெயரையும் பேதுருவையும் குறிப்பிடுகிறார். சம்பவம் நடந்து 50 வருடங்களுக்குப் பின் எருசலேமின் அழிவிற்குப் பிறகு எழுதப்பட்டுள்ளது. லூக்கா மருத்துவராய் இருந்ததால் இயேசு குணமாக்கின விவரத்தை நமக்கு அறிவிக்கிறார்.

- இது கெத்செமனேவில் நடந்த ஒரு அவசர அற்புத சுகளிக்கும் கூட்டம். அதில் நடந்தது என்ன?
- அவசர முடிவு எடுத்து 'வெட்டுவோமா' என்றனர்
- அவசரக் கோபம் கொண்டு கிறிஸ்துவின் பதிலுக்குக் காத்திராமல் பேதுரு அவன் காதை வெட்டினார்.
- அவசர உபதேசம் இயேசு சீஷருக்கு அளித்தார்
- அவசர சிகிச்சை செய்தும் காதைக் குணமாக்கினார்
- பேதுருவின் துணிச்சலும் தைரியமும் இயேசுவின் கை கட்டப்பட்டவுடன் மறைந்து போனது
- லூக்கா 22:54 பேதுரு தூரத்திலே பின்சென்றார்
- எதிரியின் வீட்டில் குளிர்காயச் சென்றார்

- உறைந்து போன மனதுடன் குளிர்காய்ந்தார்
- அவனை நான் அறியேன், நான் அல்ல, நீ சொல்லுகிறதை அறியேன் என்று மனம் சொல்லியது
- கர்த்தர் திரும்பி பேதுருவை நோக்கிப் பார்த்தார்
- இருவரும் வேறு வேறு இடத்தில் இருந்தனர்
- பேதுருவுக்குத் தரிசனமானார் இயேசு
- வெளியே போய் மனங்கசந்து அழுதார் பேதுரு
- சேவலுக்குத் தெரியாது எதற்காகக் கூவினது என்று
- பேதுருவுக்குத் தெரியும் எதற்காக அழுகிறோம் என்று

மல்குஸின் வெட்டப்பட்ட காது பேதுருவுக்கும் நமக்கும் கற்றுக் கொடுப்பது என்ன?

- முன் கோபத்திற்கு இடமளிக்கக் கூடாது
- கர்த்தர் நமது பெலன். பெலவீனத்தில் பெலனைப் பூரணமாக்குகிறவரை நமது சிறிய பட்டயத்தால் காப்பாற்ற நினைக்க கூடாது. அது முடியாது.
- அவர் சொன்னபடி சிலுவையைச் சுமந்துவிட்டார் என்பதை அறிந்தபின்பு பட்டயத்துடன் பின்செல்ல முற்படுவது தவறு.
- சுயபுத்தியால் வெல்ல முற்படாமல், பட்டயத்தை விட்டுவிட்டுச் சிலுவையை எடுத்துக் கொண்டு பின் செல்ல வேண்டும்.
- எனது அற்ப வல்லமையை அல்ல அவரது தெய்வீக வல்லமையை முழுமையாய் நம்ப வேண்டும்.
- நம்மைக் காயப்படுத்துகிறவர்களை நேசிக்க வேண்டும்.

பேதுருவின் மூன்று பட்டயங்கள்: வன்முறை, துக்கம், சத்தியம்.

- வன்முறை: கர்த்தர் வைத்துக் கொள்ளச் சொன்ன பட்டயம் அதுவன்று

- பிதா எனக்குக் கொடுத்த பாத்திரத்தில் நான் பானம் பண்ணாதிருப்பேனோ? யோவான் 18:11
- துக்கம்: கர்த்தர் இப்படிப்பட்ட பட்டயத்தையும் குறிப்பிடவில்லை
- தனக்குச் சொன்ன வார்த்தையைப் பேதுரு நினைவுகூாந்து மிகவும் அழுதான் மாற்கு 14:72
- சத்தியம்: இந்தப் பட்டயமே கர்த்தர் வைத்துக் கொள்ளச் சொன்னது.
- இயேசுவையே ஆண்டவரும் கிறிஸ்துவமாக்கினார் என்பதை கேட்டபொழுது இருதயத்தில் குத்தப்பட்டவர்களாய்ப் பேதுருவையும் மற்ற அப்போஸ்தலரையும் பார்த்து, நாங்கள் என்ன செய்ய வேண்டும் என்றார்கள் அப்போஸ்தலா் 2:37
- பேதுரு வைத்திருந்த பட்டயம் அவர் மனங்கசந்து அழுததில் மாறிப்போனது.
- மாறாத ஒரு பட்டயம் தூக்கு மரத்தில் மரித்தது மத்தேயு 27:3-5
- மீதமுள்ள பத்துப் பட்டயங்களும் சிதறிப்போயின மத்தேயு 26:56
- பேதுருவின் பட்டயமே ஆதித்திருச்சபைக்கு அஸ்திபாரமாகி (அடித்தளமாகி) இன்றுவரை நமக்குப் பாடம் சொல்கிறது.

பேதுருவின் அன்பு விசாரிக்கப்பட்டது யோவான் 21

- இயேசு கேட்காத கேள்விகள்?
- நீ எனக்கு ஊழியம் செய்வாயா?
- நீயும் உன் மனைவியும் எனக்கு ஊழியம் செய்ய வருவீர்களா?
- எனக்காக உபத்திரவப்பட தயாராயிருக்கிறாயா?
- என்னை நேசிக்கின்றாயா என்று மட்டுமே கேட்டார்
- பேதுருவின் அன்பை அறிந்து அதில் பேதுருவிற்கே இருந்த சந்தேகத்தை உறுதிப்படுத்தினார்
- இனியும் உன்னிடம் கோபம் கொள்ளும் குணம் இருந்தால் என்னை நேசிக்கவோ என் ஆடுகளை மேய்க்கவோ முடியாது என்று புரியவைத்தார்
- கர்த்தரின் கோபம். சங்கீதம் 7:11 பாவியின் மேல் சினம் கொள்கிற நீதியுள்ள நியாயாதிபதி

- மாற்கு 3:5 இருதயக்கடினத்தைக் கண்டு விசனத்துடன் கோபப்படுகிறவர்
- மனிதரின் கோபம். யாக்கோபு 1:20 மனுஷரின் கோபம் கடவுளின் நீதியை நடப்பிக்கமாட்டாது
- ரோமர் 12:19 பழிவாங்குதல் எனக்குரியது, நீங்கள் பழிவாங்காமல் கோபாக்கினைக்கு இடம் கொடுங்கள்

பேதுருவிற்கு அழைப்பு - மேய்ப்பாயாக யோவான் 21:17

- பேதுரு மூன்று முறை மறுதலித்ததால் மூன்று முறை கர்த்தர் அவரது அன்பை உறுதிப் படுத்த வைத்தார்
- மறுதலித்தாலும் மறுபடியும் வந்து நமது அன்பையும் அவரது அன்பையும் உறுதிப்படுத்தி அழைக்கும் கர்த்தர் இயேசு கிறிஸ்து
- யோவான் 13:36 நான் போகிற இடத்துக்கு இப்போது நீ என் பின்னே வரக்கூடாது. பிற்பாடு என் பின்னே வருவாய்
- என் ஆடுகளை மேய்ப்பாயாக
- ஆடுகளை மேய்ப்பது என்றால் என்ன?
- என்: பிரதான மேய்ப்பராகிய கிறிஸ்துவிற்கு
- ஆடுகளை: செவிகொடுக்கும் ஆடுகளை
- மேய்ப்பாயாக: கிறிஸ்துவின் வார்த்தையால்
- 1பேதுரு 4:11 ஒருவன் போதித்தால் தேவனுடைய வாக்கியங்களின்படி போதிக்கக்கடவன்.

மத்தேயு 26:52 பட்டயத்தைத் திரும்ப அதின் உறையிலே போடு. பட்டயத்தை எடுக்கிற யாவரும் பட்டயத்தால் மடிந்து போவார்கள் என்று சொன்னார். பின்பு ஏன் பட்டயத்தை எடுத்துக்கொள்ளச் சொன்னார்? தம்மைப் பிடிக்க வரும் போர்ச்சேவகர் அல்லது பிரதான ஆசாரியர் அனுப்பின கூட்டத்தையும் எதிர்த்து போரிடவா? அப்படியென்றால் இரண்டு பட்டயங்கள் போதும் என்று சொல்லியிருப்பாரா? சீஷர்களை முதன் முதலில் ஊழியத்திற்கு அனுப்பும்போது தடி, பை, அப்பம், காசு, பணப்பை, சாமான் பை, பாதரட்சை (காலணி) போன்ற எதையும் கொண்டுபோக வேண்டாம் என்றல்லவா சொன்னார், லூக்கா 9:3, 10:3-5. ஓநாய்களுக்குள்ளே

ஆடுகள் போலவே உங்களை அனுப்புகிறேன் என்றல்லவா சொன்னார்.

லூக்கா 22:37 ஏசாயா 53:12 அக்கிரமக்காரரில் ஒருவராக எண்ணப்பட்டார் என்கிற தீர்க்கதரிசனம் நிறைவேறவேண்டியது என்று உங்களுக்குச் சொல்லுகிறேன் என்றார். பட்டயங்களை எடுத்துக்கொள்ளச் சொன்னது இதற்காக என்பதை நம்மால் புரிந்துகொள்ள முடியும். இரண்டு பட்டயங்கள் இருப்பதாய் சீடர்கள் சொன்னபோது 'அவர் போதும்' என்றது இதற்காக என்பதும் விளங்கும். அக்கிரமக்காரர் சுமந்து செல்வதைப் போல தானும் பட்டயத்துடன் செல்ல வேண்டும் என்பதும், அந்தத் தீர்க்கதரிசனம் நிறைவேற இரண்டு பட்டயங்கள் போதும் என்றும் அர்த்தமாகிறது அல்லவா?

அதுமட்டுமன்று, லூக்கா 22:35ம் வசனத்தில், பணப்பை, சாமான்பை, காலணி இல்லாமல் நான் உங்களை அனுப்பின போது ஏதாகிலும் உங்களுக்குக் குறைவாயய் இருந்ததா என்று கேட்டார். லூக்கா 22:36ல் 'இப்பொழுதோ' (இனிமேல் என்று சொல்லாமல்) பணப்பையும் சாமான்பையும் உடையவன் அவற்றை எடுத்துக் கொள்ளக்கடவன். பட்டயம் இல்லாதவன் தன் வஸ்திரத்தை (உடையை) விற்று ஒன்றைக் கொள்ளக்கடவன் என்று சொல்லிவிட்டு 37ம் வசனத்தில் அக்கிரமக்காரில் ஒருவனாக எண்ணப்பட்டார் என்று எழுதியிருக்கிற வாக்கியம் என்னிடத்தில் நிறைவேற வேண்டியதென்று உங்களுக்குச் சொல்லுகிறேன் என்று சொல்லி, என்னைப் பற்றிய காரியங்கள் முடிவு பெறுங்காலம் வந்திருக்கிறது என்றார்.

ஆவிக்குரிய பட்டயம் S : Spirit W : Word = Sword

In English translation Luke 22:38, Look Lord here are two swords; And He said to them 'It is enough'. He did not say 'they are enough'.

யோவான் 18:8-9 என்னைத் தேடுகிறீர்கள் என்றால் இவர்களைப் போகவிடுங்கள். நீர் எனக்குத் தந்தவர்களில்

ஒருவனையும் நான் இழந்துபோகவில்லையென்று அவர் சொல்லிய வசனம் நிறைவேறத்தக்கதாக இப்படி நடந்தது.

- யோவான் 18:11 உன் பட்டயத்தை உறையிலே போடு
- ரோமர் 12:21 நீ தீமையினாலே வெல்லப்படாமல் தீமையை நன்மையினாலே வெல்லு
- 2கொரி 10:4 நம்முடைய போராயுதங்கள் என்ன எதற்கு?
- லூக்கா 22:51 இம்மட்டில் நிறுத்துங்கள் என்று சொல்லி அவனுடைய காதைத் தொட்டு அவனைச் சொஸ்தப்படுத்தினார் (குணமாக்கினார்)
- எபிரேயர் 5:8 குமாரனாயிருந்தும் பட்டபாடுகளினாலே கீழ்ப்படிதல்
- சங்கீதம் 69:4 நான் எடுத்துக் கொள்ளாததைக் கொடுக்க வேண்டும்
- கிறிஸ்து பகைவனையும் இரத்தம் சிந்த விடவில்லை
- பிரதான ஆசாரியன் வீட்டு வேலைக்காரனை, மகா பிரதான ஆசாரியனின் (இயேசுவின்) சீடன் காதற வெட்டினான்
- எபிரேயர் 4:14 5:10 கடவுளாலே நாமம் தரிப்பிக்கப்பட்ட இயேசுவே நமக்கு மகாபிரதான ஆசாரியர். நாம் பண்ணின அறிக்கையை உறுதியாய்ப் பற்றிக் கொண்டிருக்கக்கடவோம் (லூக்கா 22:33)
- 1பேதுரு 2:19-25 இனி ஆவிக்குரிய பட்டயமே நமக்குத் தேவை
- கடவுள் மேல் பற்றுதலான மனசாட்சியினிமித்தம் உபத்திரவத்தை பொறுமையாய்ச் சகிப்பதே ஆவிக்குரிய பட்டயம்
- நன்மை செய்து பாடுபடும்போது பொறுமையோடே சகித்தால் அதுவே கடவுளுக்கு முன்பாக பிரீதியான (ஏற்புடையதான) பட்டயம்
- கிறிஸ்துவுக்கு அவரது பாடுகளே பட்டயம் அதற்காகவே நாம் அழைக்கப்பட்டிருக்கிறோம்
- அவரது பட்டயத்தின் அடிச்சுவடுகளைத் தொடர்ந்து வரும்படி மல்குஸின் காதை ஒட்டவைத்து மாதிரியை வைத்துப் போனார்

கிறிஸ்துவின் பட்டயம் பாவத்திற்கு இடமளிக்கவில்லை. பாடுபடும்போது பயமுறுத்தாத பட்டயத்தை வைத்திருந்து நியாயமாய்த் தீர்ப்புச் செய்கிறவருக்கு தம்மை ஒப்புவித்தார். நமது பாவப் பட்டயங்களால் தமது சரீரத்தைக் காயப்படுத்தி சிலுவையில் சுமந்து தம் தழும்புகளால் நம்மைக் குணமாக்கினார். இனி நமக்குப் பட்டயங்கள் தேவையில்லை அவரே நம் மேய்ப்பர்.

Anger is a powerful missile. Do not use it for bursting balloons..!

எது என் படகு?

><}}}}*> 00000 <*{{{{><

9. என்னை நேசிக்கின்றாயா?

யோவான் 21ஆம் அத்தியாயம்!

இயேசு கிறிஸ்து பேதுருவைச் சந்தித்துப் பேசிய இந்த நிகழ்வு, வேதாகமத்தில் சொல்லப்படாத அற்புதமாகவும் கருதலாம். கரையில் இருந்தே மீனைப் பிடித்திருக்க வேண்டும், கரி நெருப்பை மூட்டியிருக்க வேண்டும்!

ஜீவ அப்பமே, அப்பம் சமைத்துக் கொடுத்த அற்புத நிகழ்ச்சி!

கிறிஸ்து கரையிலிருந்தே மீன் பிடித்த அற்புத நிகழ்ச்சி! சீடர்கள் மீன் பிடித்தது அல்ல அற்புதம். இயேசு அவர்ளுக்கு உணவை ஆயத்தம் செய்து, சமைத்துக் கொடுத்தாரே அதுவே அற்புதம்.

அப்பத்தினால் பசியாற்றி வார்த்தையினால் பிழைக்க வைத்தார்!

விடியற்காலமானபோது - பகல் நேரமானபோது!

மீன்பிடிக்க உகந்த நேரமான இரவு நேரம் முடிந்தபோது!

மூன்று வருடங்களுக்கு முன்பு ஆழமாய் மீன்பிடிக்கச் சொன்னார். இப்பொழுது வலது பக்கத்திலேயே மீன்பிடிக்கச் சொன்னார்!

- இயேசு கரையிலே நின்றார்
- அவரை இயேசு என்று அறியாதிருந்தார்கள்
- என் விரலைப் போட்டாலொழிய என்ற தோமாவும் அறியவில்லை
- மனங்கசந்தழுத பேதுருவும் அறியவில்லை
- மரியாளை சேர்த்துக் கொண்ட யோவானும் அறியவில்லை
- பிள்ளைகளே என்றார்
- புசிக்கிறதற்கு ஏதாகிலும் உங்களிடத்தில் உண்டா?
- அவர்கள் ஒன்றுமில்லை என்றார்கள்.

இவைகளுக்குப் பின்பு - தோமாவை சந்தித்த பின்பு.

திபேரியா கடற்கரை - கலிலேயா கடற்கரை - கின்னரோத் - கெனசரேத் (அனைத்தும் ஒன்றே). அங்கு மறுபடியும் சீஷருக்கு இயேசு கிறிஸ்து தம்மை வெளிப்படுத்தினார், வெளிப்படுத்தின விவரமாவது:

எத்தனை பேருக்கு வெளிப்படுத்தினார்? எப்பொழுது?

- 7 பேர் இருந்தனர்
- சீமோன் பேதுரு
- திதிமு என்னப்பட்ட தோமா
- நாத்தான்வேல்
- செபதேயுவின் குமாரரான யாக்கோபு யோவான்
- வேறே இரண்டு சீஷர்
- இரவு நேரம்
- பேதுரு மற்றவர்களை நோக்கி மீன் பிடிக்கப் போகிறேன் என்றார்.
- யோவான் 17:8 தம் சீடர்கள் மேல் கொண்ட நம்பிக்கையில், நீர் என்னை அனுப்பினீர் என்று விசுவாசித்திருக்கிறார்கள் என்று பிதாவிடம் ஜெபித்தார்.
- மத்தேயு 28:19 நீங்கள் புறபட்டுப் போய் நான் கட்டளையிட்ட யாவையும் உபதேசம் பண்ணுங்கள் என்றார். ஆனால் சீடர்கள் பின்மாறிப்போனார்கள்.
- நாங்களும் உம்முடனே வருகிறோம் என்றனர்
- உடனே படகிலேறினார்கள்
- அந்த ராத்திரியிலே (இரவிலே)
- அவர்கள் ஒன்றும் பிடிக்கவில்லை

இயேசு கிறிஸ்துவிற்கு 12 சீஷர்கள். அதில் நான்கு பேர் சகோதரர்களாக எட்டுப் பேர் இருந்தனர் (4x2). செபெயேயுவின் குமாரர் இரண்டு, அல்பேயுவின் குமாரர் இரண்டு, பேதுரு அந்திரேயா இரண்டு, யாக்கோபு யோவான் இரண்டு.

உயிர்த்தெழுந்தபின் இயேசு கிறிஸ்து அருளின பன்னிரண்டு தரிசனங்கள்:

- மகதலேனா மரியாளுக்கு மாற்கு 16:9 யோவான் 20:15-16
- ஸ்திரீகளுக்கு (பெண்களுக்கு) மத்தேயு 28:9
- எம்மாவு சீடர்களுக்கு லூக்கா 24:13-31
- பேதுருவுக்கு லூக்கா 24:34 1 கொரி 15:5
- பத்துச் சீடர்களுக்கு யோவான் 20:19
- பதினோரு சீடர்களுக்கு யோவான் 20:26
- ஏழு சீடர்களுக்கு யோவான் 21:1-22
- பதினோறு சீடர்களுக்கு மத்தேயு 28:16
- பன்னிரண்டு சீடர்களுக்கு 1 கொரி 15:5 அப்போஸ்தலர் 1:26
- ஐந்நூறு பேருக்கு 1 கொரிந்தியர் 15:6
- கிறிஸ்துவின் சகோதரர் யாக்கோபுக்கு 1 கொரிந்தியர் 15:6
- அப்போஸ்தலருக்கு
- மாற்கு 16:19-20
- லூக்கா 24:50-53
- அப்போஸ்தலர் 1:3-12,26

இவை தவிர்த்து, பவுலுடன் பூமிக்கே வந்து பேசியது (அப்போஸ்தலர் 9:3-6 23:11 22:17-22), ஸ்தேவானுக்குப் பரத்திலிருந்து காட்சியளித்தது (அப்போஸ்தலர் 7:55), யோவானைப் பரத்திற்கு அழைத்து வெளிப்படுத்தியது 1:9-10.

The empty tomb is proof that God's plan had worked. The new life came out off the tomb is now resident in you and in me. If that is not a reason for shouting, He is risen at the top of one's voice that I don't know what it is – Selwyn Hughes

- உயிர்த்தெழுதலின் அற்புதங்கள் மூன்று என்று குறிப்பிடுகிறோம்!
- கிறிஸ்துவின் உயிர்த்தெழுதலைத் தவிர ஏன்?
- கிறிஸ்து மரித்தோரிலிருந்து உயிர்த்தெழுந்தார்!
- மற்றவர்கள் எல்லாரும் மீண்டும் மரித்தார்கள்.

- 1 கொரிந்தியர் 15:12-24 பவுலடிகளார் குறிப்பிடுகிறார்
- 2 பேதுரு 3:12-18 பேதுரு குறிப்பிடுகிறார்

நீங்கள் படகிற்கு வலதுபுறமாக வலையைப் போடுங்கள் என்றார். அப்பொழுது உங்களுக்கு அகப்படும் என்றார் (மத்தேயு 13:47)

- அப்படியே அவர்கள் போட்டு
- திரளான மீன்கள் அகப்பட்டதினால்
- அதை இழுக்க மாட்டாதிருந்தார்கள்

Insightful questions of Jesus and inactive response of the disciples. இயேசுவின் நுண்ணறிவின் கேள்விகளும், சீடரின் அறியாமையின் வெளிப்பாடும்.

யோவான் 21:4-5 இயேசு என்று அறியாதிருந்தார்கள் (Iam nothing). ஒன்றுமில்லை என்றார்கள் (I have nothing). இழுக்க மாட்டாதிருந்தார்கள் (I can do nothing).

- ஆதலால்
- யோவான் பேதுருவைப் பார்த்து
- அவர் கர்த்தர் என்றான்
- அவர் கர்த்தர் என்பதை உறுதிப்படுத்திச் சொல்ல ஒருவர் உடன் இருப்பது நல்லது
- அவர் நம்பிக்கைக்குப் பாத்திரமானவரா?

யோவான் நற்செய்தி நூலில் முக்கியமான மூன்று அழைப்புகள்:

- யோவான் 1:39 அவர் வந்து பாருங்கள் என்றார்
- யோவான் 7:37 என்னிடத்தில் வந்து பானம்பண்ணக்கடவன் என்றார்
- யோவான் 21:12 வாருங்கள் போஜனம்பண்ணுங்கள் (உண்ணுங்கள்) என்றார்

அவர் கிறிஸ்துதான் என்று யோவான் சொன்னது உண்மை என்று உணர்ந்தனர். யோவானின் விசுவாசக் கண்கள் உடனிருப்பவரின் விசுவாசக் கண்களையும்

திறந்தன. அப்படி இல்லையென்றால் எதை வைத்துச் சொல்கிறாய் என்று பேதுரு ஒருவேளை கேட்டிருப்பார்.

- சீமோன் பேதுரு கேட்டவுடனே
- வஸ்திரம் (உடை) அணியாதிருந்ததால் மேற்சட்டையைக் கட்டிக்கொண்டு கடலில் குதித்தான்
- ஆதாமின் நிர்வாணம், வெட்கம் அவரே எதிர்பாராதது. வார்த்தையை அசட்டை செய்து.
- பேதுரு கர்த்தரை எதிர்பார்க்காததால் வெட்கம். வார்த்தை மறந்து.
- அவரது வருகையை எதிர்பார்க்காதவர் மேற்சட்டையின்றித் திரிவார்கள்

கடவுளை விட்டுப் பிரிந்தாலே நிர்வாணம். அவரைத் தவிர வேறு யார் நமக்காக வரப்போகிறார்கள் என்கிற விசுவாசம்! எதிர்பாராமல் வரும் உதவிகளில் நாம் கடவுளையல்லவா தரிசிக்க வேண்டும்? 153 பெரிய மீன்கள் அல்ல.. நூற்று ஐம்பத்து மூன்றும் பெரிய மீன்கள்!

- எண்ணிப் பார்த்த அற்புதம்
- எத்தனை பெரிய அற்புதம்
- விட்டுச் செல்வதை left என்று சொல்கிறோம்
- சரியானதை right என்று சொல்கிறோம்
- விட்டுச் சென்றதால் left / ஒன்றும் பிடிக்கவில்லை
- வலதுபுறத்தில் right / திரளான மீன்கள் பிடிபட்டன
- சங்கீதம் 121:5 வலது பக்கத்தில் நிழலாக வருபவர்
- மரிப்பதற்கு முன்னும் உயிர்த்தெழுந்த பின்னும் விருந்து கொடுப்பதில் அவர் வித்தியாசம் பார்க்கவில்லை. Before His death, treat and After His death, Retreat.

யோவான் 21:14 உயிர்த்தெழுந்த பின்பு தம்முடைய சீடருக்கு அருளின மூன்றாவது தரிசனம். ஆனால்

சீடர்களில் பேதுருவுக்கு முதலில் தரிசனமானர் என்று பவுல் குறிப்பிடுகிறார் 1 கொரிந்தியர் 15:5. கிறிஸ்து பரமேறுவதற்கு முன்பு செய்த கடைசி அற்புதம்.

- மற்ற சீஷர்கள் இருநூறு முழத் தூரத்தில் இருந்த மீன்களுள்ள வலையை இழுத்து வந்தனர்
- கரையில் கரிநெருப்புப் போட்டிருந்தது
- அதின்மேல் மீனும் அப்பமும் இருந்தன
- நீங்கள் இப்பொழுது பிடித்த மீன்களில் சிலவற்றைக் கொண்டுவரச் சொன்னார்
- பேதுரு ஒரே ஆளாக 153 பெரிய மீன்களால் நிறைந்த வலையைக் கரையில் இழுத்தார்
- ஒரு கரிநெருப்பில் தான் பேதுரு மறுதலித்தார். அதே கரிநெருப்பில் மீண்டும் அழைத்தார்.
- வாருங்கள் போஜனம் பண்ணுங்கள் (உண்ணுங்கள்)
- உன் தேவைகளை நான் கொடுப்பேன் நீ திரும்பவும் மீன் பிடிக்கத் தேவையில்லை
- Last supper became the first breakfast

அவர் கொடுத்த 153 பெரிய மீன்களை இழுக்க முடிந்தது. அவர் கேட்ட மூன்றே மூன்று கேள்விகளுக்கு விடையளிக்க முடியவில்லை!

- லூக்கா 22:34 மட்டுமே பேதுருவே என்று அழைத்தார் என்று குறிப்பிடுகிறார்
- யோனாவின் குமாரனாகிய சீமோனே
- இவர்களிலும் அதிகமாய்

Do you love me more than ‘these’ (English translation) இவைகளைக் காட்டிலும், இவர்களைக் காட்டிலும், இவர்கள் என்னை நேசிப்பதைக் காட்டிலும். இவைகளை என்றால் படகு, வலை, மீன்கள். இவர்களை என்றால் இவர்களை நீ நேசிப்பதைக் காட்டிலும் என்று கொள்ளலாம். இவர்கள் என் மேல் வைத்திருக்கும் அன்பைக் காட்டிலும் என்றும் பொருள் கொள்ளலாம்.

- மத்தேயு 26:33 எல்லாரும் இடறலடைந்தாலும்

- நீ என்னிடத்தில்
- அன்பாயிருக்கிறாயா? Agape
- ஆம் ஆண்டவரே
- உம்மை நேசிக்கிறேன Phileo
- என்பதை நீர் அறிவீர்
- என் ஆட்டுக்குட்டிகளை மேய்ப்பாயாக

இயேசுவை மறுதலித்த இரவிலே ஒரு கரிநெருப்பில் குளிர்காய்ந்தார் பேதுரு. அழைப்பின் விடியலிலே இந்தக் கரிநெருப்பில் அவருக்குக் குளிர் விட்டுப் போனது.

இரண்டாந்தரம், யோனாவின் குமாரனாகிய சீமோனே நீ என்னிடத்தில் அன்பாயிருக்கிறாயா? (Agape). ஆம் ஆண்டவரே உம்மை நேசிக்கிறேன் (Phileo) என்பதை நீர் அறிவீர். என் ஆடுகளை மேய்ப்பாயாக என்றார்.

Greek: Phileo , Storge, Ludo, Eros and Agape. கிரேக்கத்தில் அன்பு என்பதற்குப் பல சொற்கள் பயன்படுத்தப்படுகின்றன. ஃபிலியோ என்பது சிநேகித அன்பு, ஸ்டார்ஜ் என்பது சகோதர அன்பு (உறவு). லூடோ என்பது விளையாட்டு அன்பு (infatuation). ஈராஸ் என்பது காமத்தின் அன்பு. அகாபே என்பது கடவுளின் அன்பு. எந்த எதிர்பார்ப்பும் இல்லாத, கைம்மாறு இல்லாத அன்பு. An unconditional love.

- மூன்றாந்தரம்
- யோனாவின் குமாரனாகிய சீமோனே
- நீ என்னை நேசிக்கிறாயா? (Phileo)
- இயேசு தாம் இறங்கி வந்து மாற்றிக் கேட்டார் (நேசிக்கிறாயா).
- நேசிக்கிறாயா என்று மூன்றாந்தரம் கேட்டபடியினால்
- பேதுரு துக்கப்பட்டு
- ஆண்டவரே நீர் எல்லாவற்றையும் அறிந்திருக்கிறீர்
- நான் உம்மை நேசிக்கிறேன் (Phileo) என்பதையும் நீர் அறிவீர்

யோவான் 21:15 இயேசு கிறிஸ்து பேதுருவிடம் கேட்டது அன்பாயிருக்கிறாயா? (அகாபே). பேதுரு சொன்னது ஆம் நேசிக்கிறேன் (∴பிலியோ). 21:16 இயேசு கிறிஸ்து கேட்டது அன்பாயிருக்கிறாயா? (அகாபே). பேதுரு மீண்டும் சொன்னது ஆம் நேசிக்கிறேன் (∴பிலியோ). 21:17 இயேசு கிறிஸ்து மூன்றாவது முறையாக கேட்கும்போது, அன்பாயிருக்கிறாயா (அகாபே) என்று கேட்காமல், என்னை நேசிக்கின்றாயா (∴பிலியோ) என்றே கேட்டார். தமது சீடனுக்கு புரியவில்லை என்பதை அறிந்து, கிறிஸ்து இறங்கி வந்தார். அந்த அன்பும் அகாபே அன்பே.

- என் ஆடுகளை மேய்ப்பாயாக
- மெய்யாகவே மெய்யாகவே என்ற இருமுறை வழக்கத்தையும் மாற்றி
- ஆடுகளை மேய்க்கப் பிரதிபலன் (கைம்மாறு) இல்லாத அன்பு தேவை என்பதை வலியுறுத்தினார் இயேசு

இந்த உரையாடலைப் புரிந்து கொள்ள நமக்குக் கிரேக்க மொழிபெயர்ப்பு அவசியமாகிறது. அன்பைக் குறித்த வார்த்தைகளை இயேசு பேதுருவிடம் பயன்படுத்தியதைப் போலவே, ஆடுகளை மேய்ப்பதைக் குறித்தும் சொல்வதைப் பார்க்கலாம்.

- First time : Pasture the lambs
- Tending, feeding and caring
- என் ஆட்டுக்குட்டிகளை மேய்ப்பாயாக
- போஷிப்பது, அக்கறை கொள்வது
- இடதுபுறம் வலை போட்டது Phileo
- வலதுபுறம் வலை போட்டது Agape
- Second time : Tend my sheep
- Supervisory capacity
- கண்காணிக்கும் திறன்
- பேதுரு தமது நிருபத்திலும் இந்தக் கிரேக்க பதத்தை பயன்படுத்துகிறார் 1 பேதுரு 5:2

- வலையிழுக்க உதவாமல் வார்த்தை இழுக்க
- Third time : Pasture the sheep. Tend, care and provide spiritual food. என் ஆடுகளை மேய்ப்பாயாக என்பது அக்கறை கொண்டு கண்காணித்து போஷித்து வழிநடத்துவது.

மூன்று கேள்விகளைப் புரிந்து கொள்ளாதவர் மூன்று கட்டளைகளைப் புரிந்து கொண்டார். 1 பேதுரு 2:2 பரிசுத்தமாக்குதல், கீழ்ப்படிதல், இரத்தந்தெளிக்கப்படுதல்

யோவான் 21:21-22 இவன் காரியம் என்ன? உனக்கென்ன நீ என்னைப் பின்பற்றி வா என்று (யோவான் 21:19,22) இரண்டாவது முறை சொன்னார். பேதுரு தன் மரணத்தைப் பற்றிச் சொல்லப்பட்டதும் அடுத்தவரின் மரணத்தைப் பற்றி விசாரித்தார். நமது மரணமும் நமது உயிர்த்தெழுதலும் மட்டுமே நமக்கு முக்கியம்!

அப்போஸ்தலர் புத்தகத்திலே யோவானைப் பற்றிய குறிப்புகள் எல்லாம் பேதுருவுடன் இருப்பதையே குறிக்கிறது. யோவான் 20:3 ஒருமித்து ஓடினார்கள்!

By Hook or Crook.

Fishing by Hook - மனிதர்களைப் பிடிக்க!

Shepherding by Crook - மேய்ப்பராக மாறிட!

யோவான் 20:4-5 பேதுருவைப் பார்க்கிலும் யோவான் துரிதமாய் ஓடிக் கல்லறையினடத்திற்கு முந்திக் கொண்டு வந்தார். குனிந்து சீலைகள் கிடக்கிறதைப் பார்த்தார் ஆனாலும் உள்ளே போகவில்லை!

யோவான் 20:6-8 பேதுருவோ கல்லறைக்குள் பிரவேசித்து தலைச்சீலை தனியே ஓரிடத்தில் வைத்திருந்ததை கண்டார். அப்பொழுது யோவான் உள்ளே வந்து கண்டு விசுவாசித்தார். பேதுருவுக்கு அவர் கர்த்தர் என்று அடையாளப்படுத்திச் சொன்னவர் இப்போது பேதுருவினால் உயிர்த்தெழுதலை விசுவாசித்தார்.

யோவான் 20:9 அவர் மரித்தோரிலிருந்து எழுந்திருக்க வேண்டும் என்கிற வேதவாக்கியத்தை இன்னும் அறியாதிருந்தார்கள். அதை அவர்கள் அறியவேண்டித்தான் இத்தனை தரிசனங்கள்.

முன்னும் பின்னுமாக ஒருமித்து ஓடியவர்களை கர்த்தர் அற்புதமாய்ப் பயன்படுத்தினார். பேதுருவிடம் ஆடுகளை மேய்க்கச் சொன்னார். யோவானுக்கு விசேஷத்தை வெளிப்படுத்தினார்.

யோவான் 15:15 தம் சீடர்களைச் சிநேகிதர் என்று அழைத்தார். 20:17 சீடர்களைச் சகோதரர் என்று அழைத்தார். 21:5 சீடர்களைப் பிள்ளைகளே என்று அழைத்தார். இதுவும் அகாபே அன்பே.

பேதுருவிடம் தன்னை நேசிக்கிறாயா என்று கேட்டு, ஆடுகளை மேய்ப்பாயாக என்று கட்டளையிட்டு, என்னைப் பின்பற்றி வா என்று இயேசு கிறிஸ்து சொன்னதன் விளைவு என்ன ஆனது?

- அப்போஸ்தலர் 1:8-15
- கர்த்தர் வானத்துக்கு எடுத்துக் கொள்ளப்பட்ட பின்பு முதல் கூடுகையில் 120 பேர் நடுவில் முதலில் பேதுரு எழுந்து நின்றார்
- அப்போஸ்தலர் 1:16-26 குறைவு பட்டிருந்த 12 அப்போஸ்தலரை மீண்டும் நிறைவாக்கினார்.
- அப்போஸ்தலர் 2:14 பெந்தகோஸ்தே நாளில் பரியாசம் பண்ணியவர்களை நோக்கி முதலில் குரல் கொடுத்தவர் பேதுரு
- மூவாயிரம் பேர் முதலில் சேர்த்துக் கொள்ளப்பட்டது பேதுருவின் இந்தப் பிரசங்கத்தில் தான் அப்போ 2:41
- சப்பாணியைக் குணமாக்கிய பின்பு சாலமோன் மண்டபத்தில் மூன்றாவது உரை அப்போ 3:12-26
- இந்த உரைக்கு பின்பு விசுவாசிகளின் எண்ணிக்கை 5000 பேராகக் கூடியது அப்போஸ்தால் 4:4
- அப்போஸ்தலர் 5:15 பேதுருவின் நிழல்படும்படி பிணியாளர்களைக் கொண்டு வந்தனர்

கலிலேயாவில் சந்திப்பதற்கு முன்பு கடைசியாகச் சீஷர்களைச் சந்தித்தது இந்தக் கலிலேயா கடற்கரையில் தான். முதல் சந்திப்பிலும் மீன்பிடிக்கக் கற்றுக் கொடுத்தார். கடைசியாக இந்தச் சந்திப்பிலும் மீன் பிடிக்க வைத்தார். முதல் சந்திப்பிலும் பேதுருவை அழைப்பதற்கே வந்தார்.

- இயேசு கிறிஸ்து சீஷர்களை கடிந்துக் கொள்ளவில்லை. தவறாக நினைக்கவில்லை
- தம்மை அறிமுகப்படுத்திக் கொள்ளவில்லை
- முதலில் வயிற்றுக்காகப் பிழைப்பைத் தேடிய அவர்களுக்கு வரவைக் காட்டினார்
- வயிற்றுப் பசிக்கு உணவும் கொடுத்தார்
- fed by bread and saved by word
- பேதுருவிடம் தலைமைத்துவப் பொறுப்பு இருப்பதை அறிந்திருந்தார்
- பரலோக ராஜ்யத்தின் திறவுகோல்களை உனக்குக் கொடுப்பேன் என்று சொன்னதைப் பேதுரு மறந்திருக்கலாம் மத்தேயு 16:19
- திறவுகோல்களைப் பேதுருவிடம் கொடுக்க வந்தார். நெருப்புடன் வந்தார்.
- மத்தேயு 13:51 அறிந்து கொண்டோம்
- மத்தேயு 13:47-48 153 பெரிய மீன்களுக்கு இடையில் பேதுரு தொலைத்த திறவுகோல்களை எடுத்துக் கொடுத்தார்

1யோவான் 3:18-19 வசனத்தினாலும், நாவினாலுமல்ல, கிரியையினாலும், உண்மையினாலும் அன்புகூரக்கடவோம்.

யோவான் 14:21 என் கற்பனைகளைப் பெற்றுக்கொண்டு அவற்றைக் கைக்கொள்ளுகிறவனே என்னிடத்தில் அன்பாயிருக்கிறான். என்னிடத்தில் அன்பாயிருக்கிறவன் என் பிதாவிடம் அன்பாயிருப்பான். நானும் அவனில் அன்பாயிருந்து அவனுக்கு என்னை வெளிப்படுத்துவேன்.

1யோவான் 2:5 அவருடைய வசனத்தைக் கைக்கொள்ளுகிறவனிடத்தில் கடவுளின் அன்பு மெய்யாகப் பூரணப்பட்டிருக்கும். நாம் அவருக்குள் இருக்கிறோம் என்பதை அதினாலே அறிந்திருக்கிறோம்.

1யோவான் 3:10 நீதியைச் செய்யாமலும் தன் சகோதரனில் அன்புகூராமலும் இருக்கிற எவனும் கடவுளால் உண்டானவனல்லன்.

1யோவான் 4:7-8 ஒருவரிலொருவர் அன்பாயிருக்கக்கடவோம். ஏனெனில் அன்பு கடவுளால் உண்டாயிருக்கிறது. அன்புள்ள எவனும் கடவுளால் பிறந்து அவரை அறிந்திருக்கிறான்.

1யோவான் 4:16 கடவுள் அன்பாகவே இருக்கிறார். அன்பில் நிலைத்திருக்கிறவன் கடவுளில் நிலைத்திருக்கிறான். கடவுளும் அவனில் நிலைத்திருக்கிறார்.

1யோவான் 4:18 அன்பிலே பயமில்லை. பூரண அன்பு பயத்தைப் புறம்பே தள்ளும். பயப்படுகிறவன் அன்பில் பூரணப்பட்டவன் அல்லன்.

1யோவான் 4:17 நியாயத்தீர்ப்பு நாளிலே நமக்குத் தைரியமுண்டாயிருக்கத்தக்கதாக அன்பு நம்மிடத்தில் பூரணப்படுகிறது.

1யோவான் 4:21 கடவுளிடத்தில் அன்புகூருகிறவன் தன் சகோதரனிடத்திலும் அன்புகூரவேண்டும் என்கிற கற்பனையை அவராலே பெற்றிருக்கிறோம்.

1யோவான் 5:3 நாம் கடவுளுடைய கற்பனைகளைக் கைக்கொள்வதே அவரிடத்தில் அன்புகூருவதாகும். அவருடைய கற்பனைகள் பாரமானவைகளுமல்ல.

மத்தேயு 11:29-30 என் நுகம் மெதுவாயும் என் சுமை இலகுவாயும் இருக்கிறது

இயேசு கிறிஸ்துவிடம் சீடர்கள் கேட்ட மூன்று கேள்விகள் என்ன? அதற்குக் கிறிஸ்து அளித்த பதில்கள் என்ன?

மத்தேயு 24:3-14 மூன்று கேள்விகள் எவை?

- இவை எப்பொழுது சம்பவிக்கும்?

- உமது வருகைக்கு அடையாளம் எது?
- உலக முடிவிற்கு அடையாளம் எது?
- முதலில் சொன்னது, ஒருவனும் உங்களை வஞ்சியாதபடி எச்சரிக்கை
- நானே கிறிஸ்து என்று வஞ்சிப்பார்கள்
- யுத்தங்களின் (போர்) செய்தி கேள்விப்படுவது
- ஆனாலும் முடிவு உடனே வராது
- உபத்திரவம் (துன்பம்) கொலை
- சகல ஜனங்களும் (மக்களும்) பகைக்கும்
- இடறலடைந்து காட்டிக்கொடுப்பார்கள்
- கள்ளத் தீர்க்கதரிசிகள் எழும்புவார்கள்
- அக்கிரமம் மிகுந்து அன்பு தணியும்
- நற்செய்தி பூலோகமெங்கும் சகலதேசமும் பிரசங்கிக்கப்டும் போது முடிவு வரும்
- முடிவுபரியந்தம் நிலை நிற்பவருக்கு இரட்சிப்பு (மீட்பு)

நாம் தேடவேண்டியது எந்த இயேசுவை?

வழியைத் தொலைப்பதைவிட முகவரியைத் தொலைப்பது கொடுமையானது! வழி: இரட்சிப்பு விலாசம்: கிறிஸ்து

வழியை தொலைத்தால் மன்னிப்பு உண்டு விலாசத்தை தொலைத்தால் மரணம் தான் உண்டு!

- யாரைத் தேடுகிறோம்?
- குழந்தை இயேசுவையா?
- சிலுவையில் மரித்த (பலியான) இயேசுவையா?
- தேற்றரவாளனாகிய பரிசுத்த ஆவியானவரை அனுப்பிய உயிர்த்தெழுந்த இயேசு கிறிஸ்துவையா?
- மீட்பின் வழியை மறக்கச் செய்யலாம்.
- விலாசத்தை மறக்கவிடாமல் இருக்க நற்செய்தி உதவும்.
- அதற்காகவாவது ஊழியம் செய்ய வேண்டும்.
- 1 பேதுரு 1:15-16 அழைத்தவர் பரிசுத்தர்.

லூக்கா 5:10 மீன் பிடிக்கிறவர்களை மனிதர்களைப் பிடிக்கிறவர்களாக்குகிறேன் என்றார். யோவான் 21:3 மீண்டும் மீன்பிடிக்கவே முற்பட்டனர். மீன் பிடித்தால் மீன்கள் சாகும் ஆனால் ஆடுகளை மேய்ப்பது ஆடுகளைக் காப்பதற்கு. ஆகையால்தான் என் ஆடுகளை மேய்ப்பாயாக என்றார். ஆடுகளை ஆதாயப்படுத்த மீன்பிடிப்பது போல பிடிக்க வேண்டும் என்று கற்றுக் கொடுத்தார். பிடித்த ஆடுகளை (ஆத்துமாக்களை) மேய்ப்பனைப் போல காக்க வேண்டும் என்று சொல்லிக் கொடுத்தார்.

பேதுரு மூலம் நமக்கு விலாசத்தை (முகவரியை) ஞாபகப்படுத்தி விட்டுச் சென்றார்! விலாசம் தெரியாதவர்களுக்கே விலாசம் சொல்ல வேண்டும். நற்செய்தியை அறியாதவர்கள் மத்தியில் நற்செய்திக் கூட்டம் நடத்துகிறோமா?

வானத்திலிருந்து வந்த தேவதூதன் முதலில் நற்செய்தியைப் பூமியில் யாருக்கு அறிவித்தான்? மேய்ப்பர்களுக்குத்தானே? மேய்ப்பர்களுக்கு இயேசுவின் பிறப்பும் அதின் நோக்கமும் தெரியுமா? இல்லை! அறியாவதருக்குத்தான் முதலில் அவரது பிறப்பின் செய்தி துதிப்பாடலாய் அறிவிக்கப்பட்டது (first carol on earth). ஆனால் நாம் இன்று கிறிஸ்து பிறந்ததை அறிந்தவரிடமே சென்று கூடிப் பாடி உண்டு மகிழ்ந்துகொண்டிருக்கிறோம்?

இந்திய இலக்கியங்களிலும் இப்படி உள்ளனவா?

புருஷசூக்தம் 17 : ததா புரஸ்ததி மதஞ்சஹார சக்ரஹ் ப்ரவித்வான் பிரதிஷஹ் சத்தஸ்ரஹ் தமேவம் வித்வான் அம்ரத்த ஏஹ பவதி நான்ய பாந்தா அயநாய வித்யதே.

ஆன்ம விடுதலை பெற ஒரே வழி, மனித சாயலாக வந்த பிரதான புருஷராகிய கடவுளை அறிந்து கொள்வதே. இதையறிந்த ஞானிகள் அழியாமையைத் தரித்துக் கொண்டு அவரைப்பற்றி உலகமெங்கும் பிரசித்தமும் செய்தனர்.

அப்போஸ்தலர் 17:28 தம்மைத் தடவியாகிலும் கண்டுபிடிக்க தம்மைத் தேடும்படி நம்மைப் படைத்த கடவுளுக்குள் நாம் பிழைக்கிறோம், அசைகிறோம், இருக்கிறோம், அப்படியே உங்கள் புலவர்களிலும் சிலர் சொல்லியிருக்கிறார்களே.

நற்செய்தி சொல்ல உலகெங்கும் புறப்பட்டுப் போங்கள் என்றார். நம் தேசத்தில் சொல்வதற்குப் பலவழிகள் உண்டு.

எது என் படகு?

><}}}}*> 00000 <*{{{{><

10. பெந்தகோஸ்தே நாளில் பேதுரு

PETER : **P**roblems **E**vidences **T**ruths **E**ssentials **R**ewards

பெந்தகோஸ்தே என்றால் 50வது (அ) 50வது நாள். யாத்திராகமம் 34:22 கோதுமை அறுப்பின் முதற்பலனைச் செலுத்தும் ஏழு வாரங்களின் பண்டிகை என்று குறிப்பிடப்படுகிறது. லேவியராகமம் 23 : வருடத்தில் மூன்று முறை அனுசரிக்கும் பண்டிகை. 1500 வருடங்களுக்குப் பின்பு ஒரு பெந்தகோஸ்தே தினத்தில் நடந்தது என்ன?

அப் 1:13 இங்கு கூடியது மேல்வீட்டறை. 120 பேர் கூடியது தேவாலயத்தின் உப்பரிகையில் அல்லது சீஷர்கள் தங்கியிருந்த வீடாக இருக்கக்கூடும் என்று நம்பப்படுகிறது.

- பெந்தகோஸ்தே எனும் நாள் வந்தபோது
- ஒருமனப்பட்டு ஓரிடத்தில்
- வானத்தின் கீழிருக்கிற சகல தேசத்தாரிலுமிருந்து வந்த தேவபக்தியுள்ள யூதர்கள் எருசலேமிலே
- 2:9-11 பதினேழுக்கும் மேற்பட்ட தேசத்தவர்கள்
- பழைய ஏற்பாட்டுப் பண்டிகை

அப்போஸ்தலர் 2:12 எல்லாரும் பிரமித்துச் சந்தேகப்பட்டு இதென்னமாய் முடியுமோ என்று ஒருவரோடொருவர் சொல்லிக்கொண்டனர்.

பெந்தகோஸ்தே என்பது புதிய எருசலேமின் தொடக்கம். (கிறிஸ்துவின் சிலுவை மரணத்தின் பின் 70 வருடங்கள். கிறிஸ்துவின் உயிர்த்தெழுதலுக்குப் பின் 7 வாரங்களில்). பேதுருவின் பிரசங்கத்தினை (செய்தியை) ஐந்துவிதமாய் நிதானிக்கலாம்.

1) **P** roblems கலக்கம் பரியாசம்
2) **E** vidences பிரசங்கம் செய்ய அடிப்படை
3) **T** ruths இயேசுவைக் கிறிஸ்துவாக்கினார்
4) **E** ssentials இயேசுவை விசுவாசிக்க வேண்டும்
5) **R** ewards அனைவரும் பெறும் வாக்குத்தத்தம்

2:14-15 என் வார்த்தைகளுக்குச் செவிகொடுங்கள்
16:22 தீர்க்கதரிசனம் மற்றும் இயேசுவின் அற்புதம்
23-36 சிலுவையும் உயிர்த்தெழுதலும்
23-37 மனம் திரும்புதலும் ஞானஸ்நானமும் (திருமுழுக்கும்)
38-39 பாவமன்னிப்பும் பரிசுத்த (தூய) ஆவியும்

மரித்து உயிர்த்தெழுந்த ஐம்பது நாட்களில் தமது சிங்காசனத்தை (அரியணையை) ஸ்தாபித்தார் (நிறுவினார்) லூக்கா 24:47 அப்போஸ்தலர் 1:8. தாவீதின் சிம்மாசனம் என்பதற்கு பேதுரு சொன்ன வசனம் அப்போஸ்தலர் 2:30-31

- உன் சிங்காசனத்தில் வீற்றிருக்க
- மாம்சத்தின்படி கிறிஸ்து
- எழும்பப் பண்ணுவேன்
- கிறிஸ்துவின் ஆத்துமா பாதாளத்தில் விடப்படுவதில்லை
- இதுவே ராஜ்யத்தின் (இறை அரசின்) தொடக்கம்
- இரண்டாம் வருகையில் அல்ல

பேதுருவின் பிரசங்கம் (செய்தி)
1கொரி 2:4 தூய ஆவியின் வல்லமையின் எடுத்துக்காட்டு
1கொரி 2:14 தூய ஆவியின் துணைகொண்டு ஆய்ந்துணர

பேதுருவின் புதிய பெலன், உற்சாகம், உத்வேகம்:

மத் 26:33-75 அந்தப் பேதுரு அல்ல புதிதாக்கப்பட்ட பேதுரு

- தைரியமான தெளிவான பிரசங்கம் (உரத்த சத்தமாய்)
- எருசலேம் ஜனங்களே, அறிந்துகொள்வீர்களாக. என் வார்த்தைகளுக்குச் செவிகொடுங்கள் (யோவான் 16:13)
- மதுபானம் பண்ணியதாய் நீங்கள் நினைத்திருந்தாலும் அதன் நேரம் இதுவல்ல (மூன்றாம் மணி-காலை 9)

- யோவேலின் தீர்க்கதரிசனக் குறிப்பு யோவேல் 2:28-32
- இயேசு கிறிஸ்துவும் தீர்க்கதரிசனமாய் உரைத்தது
- மாற்கு 16:15-16 அப்போஸ்தலர் 1:5 1:8
- யோவேல் குறிப்பிட்ட அடையாளங்கள் மத் 27:45,50-54 குறிப்பிடுபவை அல்ல
- சங்கீதம் 16:8-11
- அப் 2:21 நாமம் என்பது அவரது வல்லமை அதிகாரம்
- சடிதியாய், முழக்கமுண்டாகி, வானத்திலிருந்து, பலத்த

பேதுருவின் பிரசங்கக் குறிப்புகள்:

- சீஷர்கள் கொண்டது மதுபான வெறியல்ல பரிசுத்த ஆவியின் அபிஷேகம் (தூய ஆவியின் பொழிவு) (தீத்து 3:5 புதிதாக்குதல்)
- இயேசு கடவுளின் மைந்தன்
- இயேசுவின் வல்லமை அவரது அற்புத அடையாளங்கள் மூலம் அறிந்து கொள்ளலாம்
- யூதர்களால் இயேசு கொல்லப்பட்டார்
- கடவுள் அவரை மீண்டும் உயிர்த்தெழச் செய்தார்
- இயேசு தாவீதின் குமாரன்
- இயேசு பரமேறி பிதாவின் வலதுபாரிசத்தில் வீற்றிருக்கிறார் எபிரேயர் 1:3,13 8:1 12:2 ரோமர் 8:34 எபேசியர் 1:20 கொலோசெயர் 3:1
- இயேசுவே கர்த்தராகிய கிறிஸ்து
- இயேசு பாவமன்னிப்பைப் பெறுவதற்கு மனம்திரும்பச் சொன்னார்
- அதன்பின் அவர்கள் கிறிஸ்து இயேசுவின் நாமத்தினால் ஞானஸ்நானம் (திருமுழுக்கு) பெறவேண்டும்

பேதுரு பிரசங்கத்தின் ஆரம்பத்தில் கர்த்தர் மக்களை அழைத்தார். பிரசங்கத்தின் முடிவில் மக்கள் கர்த்தரை அழைத்தனர். ஏறக்குறைய 3000 பேர் கிறிஸ்தவர்களாயினர்.

- அப்போஸ்தலர் 2:39 வாக்குத்தத்தமான இரட்சிப்பும் பரிசுத்தாவியின் வரமும் உங்களுக்கும்

உங்கள் பிள்ளைகளுக்கும் வரவழைக்கும் தூரத்தில்தான் உள்ளது (2:4 ஆவியானவரின் வரம்).

- ரோமர் 10:12-14 அவரைத் தொழுதுகொள்கிற யாவருக்கும் இன மொழி வித்தியாசமில்லாமல் அவர் ஐஸ்வரியசம்பன்னராயிருக்கிறார்.
- ரோமர் 8:28 அவருடைய தீர்மானத்தின்படி அழைப்பும் அவர்களுக்கு சகலமும் நன்மைக்கு ஏதுவாகும்.
- பேதுரு பிரசங்கித்ததில் முக்கிய அம்சம் 2:22-24
- கிறிஸ்து செய்த அற்புதங்கள், பாடுமரணம், அவர் மரணத்தை ஜெயித்தது.

அப்போஸ்தலர் 2:22 அவதாரமாக வந்த இயேசுவின் அற்புதங்களால் வெளிப்படுத்தினார் 2:23 அதனை நீங்கள் அறியாததினால் உங்களால் அவருக்குச் சிலுவை மரணம் 2:24-32 தாவீதின் வார்த்தைகளைக் கொண்டு கிறிஸ்துவின் உயிர்த்தெழுதலை உறுதிப்படுத்தல் 2:33 நாங்கள் எங்கள் கண்களால் கண்ட சாட்சியுடன் கிறிஸ்து பரனேறினார் 2:36 கடவுளே அவரை ஆண்டவரும் கிறிஸ்துவுமாக்கினார்.

கிறிஸ்துவின் மரணம் (இறப்பு) நம்மை உயிர்ப்பிக்க, ஜீவனைக் (உயிர்) கொடுக்க. ஜீவனைக் காக்க பரிசுத்த ஆவியை கொடுத்தார். அவர் மரிக்காமல் அவரது மரணத்திற்குப் (சிலுவையில் பலி) பெயரில்லை. நம் இரட்சிப்பே அவரது மரணத்தினால் (பலியானதினால்) தான். கிறிஸ்துவுக்குள் இருப்பவருக்கு மரணம் ஜெயம் (வெற்றி).

உண்ட பணக்காரனவன் தொந்தியென விம்மிவரும்
நண்டிலொரு பிள்ளை நண்டு ஜனனம்
அது வந்தபின்பு தாய் விழுந்து மரணம்

வாழையிலை தண்டு மலர் காய்கனிகள் ஆனவுடன்
வாழையடி வாழை ஒன்று ஜனனம்
அது வந்தபின்பு தாய் விழுந்து மரணம்

ஒன்றுமட்டும் உண்மை அறிவூற்றில் ஒரு பாட்டெழுதும்
செந்தமிழ் மாகவிக்கு மரணம்
அது வந்த பின்புதான் பெருமை ஜனனம் - கண்ணதாசன்

நன்கு உண்ட பணக்காரனின் வயிற்றைப் போல விம்மிப் புடைத்திருக்கும் நண்டானது பிரசவிக்கும் போது பிள்ளை நண்டுகள் பிறந்ததும் மரித்துவிடும். வாழைமரமும் தண்டு காய்கனி என்று ஆனபின்பு அதன் வாழைக்கன்று பிறந்தால் தாய்மரம் மரித்துவிடும். அதுபோல அறிவு ஊற்றெடுத்துப் பாட்டெழுதிக் கொண்டிருக்கும் இந்தச் செந்தமிழ் மகாகவி எனக்கும் இறந்த பின்பு தான் பெருமை தோன்றும் என்பதாகும்.

கவிஞரான இவரே தனது மரணத்திற்குப் பின்பே தனக்குப் பெருமை சேரும் என்று பாடுவதைக் காண்கிறோம். உலக இரட்சகரான (மீடபரான) இயேசு கிறிஸ்துவின் மரணம் எப்படிப்பட்டதான பெருமைக்குப் பாத்திரமாயுள்ளது என்பது சிந்திக்கத்தக்கது.

2கொரிந்தியர் 4:10 கர்த்தராகிய இயேசுவினுடைய ஜீவனும் எங்கள் சரீரத்திலே (ஊனுடம்பிலே) விளங்கும்படிக்கு இயேசுவின் மரணத்தை எப்பொழுதும் எங்கள் சரீரத்தில் சுமந்து திரிகிறோம்.

மாற்கு 8:36 உலகம் முழுவதையும் ஆதாயப்படுத்திக் கொண்டாலும் தன் ஜீவனை நஷ்டப்படுத்தினால் அவனுக்கு லாபம் என்ன?

அப்போ 2:29-31 கர்த்தரின் வாக்குத்தத்தம், வாக்குத்தத்தம் நிறைவேற்றம், தாவீதின் சிங்காசனத்திற்கு இணையாக இருக்கும். மற்றுமொரு வாக்குத்தத்தம், உயிர்த்தெழுதலை இரண்டாம் வருகைவரை தள்ளிப் போடவில்லை. (அப் 2:39 அவரது வாக்குத்தத்தம் வரவழைக்கும் தூரத்திலுள்ளது)

தாவீதுக்குச் சொன்ன தீர்க்கதரிசன வாக்குத்தத்தங்கள்

- 2 சாமுவேல் 7:12 ராஜ்யபாரத்தின் சிங்காசனத்தை என்றென்றைக்கும் நிலைப்படுத்துவேன்.
- சங்கீதம் 89:3-4 தலைமுறை தலைமுறையாக உன் சிங்காசனத்தை ஸ்தாபிப்பேன்
- சங்கீதம் 132:11 உன் கர்ப்பத்தின் கனியை உன் சிங்காசனத்தின்மேல் வைப்பேன்.

- 1தீமோ 6:15 அவரே நித்தியானந்தமுள்ள ஏகசக்கராதிபதியும் ராஜாதிராஜாவும் கர்த்தாதிகர்த்தர்
- கொலோ 1:13 நம்மை தமது அன்பின் குமாரனுடைய ராஜ்யத்திற்கு உட்படுத்தினவர்
- வெளி 3:21 ஜெயங்கொள்ளுகிறவன் என்னுடைய சிங்காசனத்தில் என்னோடுகூட உட்காரும்படி
- சகரியா 6:12-13 தம்முடைய சிங்காசனத்தின்மேல் வீற்றிருந்து ஆளுகை செய்வார், தம்முடைய சிங்காசனத்தின்மேல் ஆசாரியராயும் இருப்பார்
- எபி 6:17-20 மெல்கிசேதேக்கின்படி நித்திய பிரதான ஆசாரியராயிருப்பார்

பேதுருவின் இந்த உரை உயிர்த்தெழுதலைக் குறிப்பிட்டுச் சொல்லப்பட்டதால் இரண்டாம் வருகை வரை தள்ளிப் போடப்படவில்லை என்றே நம்பப்படுகிறது. யூதர்களின் இரட்சிப்பிற்காகவே பேதுரு தமது ஊழியத்தில் அதிக அக்கறை எடுத்துக்கொண்டதாகவே அநேகமான வேத ஆய்வாளர்களால் அறிவிக்கப்படுகிறது.

எருசலேமின் வீடு என்பது யாக்கோபின் சந்ததி என்று எடுத்துக் கொள்ளப்பட்டது. ஆதியாகமம் 32:28 இஸ்ரவேல் என்று பெயர்மாற்றம் நடந்தது. அப்போஸ்தலர் 2:5 வானத்தின் கீழிருக்கிற சகல தேசத்தாரிலுமிருந்து (நாடுகளிலுமிருந்து) வந்த தேவபக்தியுள்ள யூதர்கள் அப்பொழுது எருசலேமிலே வாசம் பண்ணினார்கள் என்று குறிப்பிடுகிறது.

- அப் 2:36 ஆகையினால் நீங்கள் சிலுவையில் அறைந்த இந்த இயேசுவையே கடவுள், ஆண்டவரும் கிறிஸ்துவுமாக்கினாரென்று இஸ்ரவேல் குடும்பத்தார் யாவரும் நிச்சயமாய் அறியக்கடவர்கள் என்று பேதுரு தனது பிரசங்கத்தை நிறைவு செய்கிறார்.
- கிறிஸ்துவைக் கொலை செய்தது ஒட்டுமொத்த யூதர்கள் அல்லர். யூதத்தலைவர்களும் அவர்கள் அழைத்து வந்த கூட்டமும்தான் சிலுவையில் அறையும்படி கூச்சலிட்டனர்.

- அதன்பேரில் ரோமர்கள் சிலுவை மரணத்தை விதித்தனர்
- ரோமர் 3:23-25 நாம் அனைவருமே கிறிஸ்துவின் மரணத்திற்குக் காரணமாக இருக்கிறோம்.
- மறுதலித்த பேதுரு தன்னையும் சேர்த்தே சொன்னார்

பேதுரு பிரசிங்கித்த நாள் வரை என்ன நடந்தது?

நற்செய்தி நூல்களின் குறிப்புகள் தொடங்கி அப்போஸ்தல நடபடிகள் வரை.

- கிறிஸ்துவின் கல்லறையைப் பற்றிய விவரங்கள் மத்தேயு 27:57-61 மாற்கு 15:42-47 லூக்கா 23:50-56 யோவான் 19:38-42
- உயிர்த்தெழுதல் பற்றி சொல்லப்பட்ட அதிகாரங்கள் மத்தேயு 28 மாற்கு 16 லூக்கா 24 யோவான் 20
- உயிர்த்தெழுந்த கிறிஸ்துவின் ஊழியம் அப் 1:1-3
- சீஷருக்கு (நமக்கு) கொடுக்கப்பட்ட பெரிய பணி
- மத் 28:18-20 மாற்கு 16:15-18 லூக்கா 24:46-48
- சீஷருக்கு வாக்களிக்கப்பட்ட வல்லமை லூக் 24:49
- அப் 2:7-8 எல்லாரும் கலிலேயர் அல்லவா நம் ஜென்மபாஷையில் (தாய்மொழியில்) இவர்கள் பேசக்கேட்கிறோமே
- கிறிஸ்து பரமேறிய நிகழ்ச்சி பற்றிய குறிப்புகள் மாற்கு 16:19 லூக் 24:50-51 அப் 1:9-11
- எருசலேமில் சீஷர்கள் காத்திருப்பு லூக் 24:52-53
- மேல்வீட்டில் குடியிருந்த அப்போஸ்தலர் அப் 1:12-14
- யூதாஸ்காரியோத்துக்கு பதிலாக மத்தியாஸ் தேர்வு செய்யப்பட்டார் அப்போஸ்தலர் 1:15-26
- அப்போஸ்தலர்கள் பரிசுத்தாவியின் வல்லமை பெற்றனர் அப்போஸ்தலர் 2:1-4
- அப்போஸ்தலர் பன்மொழியில் பேசினர் அப் 2:5-13
- பேதுருவின் பிரசங்கம் 2:14-40
- 3000 பேருக்கு மேல் கூடுமிடத்தைக் கர்த்தர் தேர்வு செய்தார் (அ) பயன்படுத்திக் கொண்டார் அப் 2:41-44

- பேதுருவின் வார்த்தையினால் ஆதித்திருச்சபை தொடங்கப்பட்டது அப் 2:37-38
- இருதயத்தில் குத்தப்பட்டவர்களாகிப் பேதுருவைப் பார்த்து நாங்கள் என்ன செய்யவேண்டும் என்றார்கள்
- பேதுரு மாறுபாடுள்ள சந்ததியைவிட்டு விலகி உங்களை இரட்சித்துக் கொள்ளுங்கள் என்று மேலும் புத்தி சொன்னார் அப் 2:40
- விசுவாசிகள் எல்லாரும் ஒருமித்து, சகலத்தையும் பொதுவாய் பகிர்ந்து ஒருமனப்பட்டு அப்பம்பிட்டு மகிழ்ச்சியுடன் கபடமில்லா இருதயத்துடன் போஜனம் பண்ணித் (உணவுண்டு) துதித்தனர் அப் 2:44-46
- இரட்சிக்கப்படுகிறவர்களை (மீட்கப்பட்டோர்) கர்த்தர் சபையில் சேர்த்துக் கொண்டு வந்தார் அப் 2:47

பேதுரு சொன்ன இரண்டு நிபந்தனைகளும் அதன் முடிவும்:

மனம்திரும்புதலின் ஞானஸ்நானம் - பரிசுத்த ஆவியின் வரம்

- அப்போஸ்தலர் 2:38-39 பரிசுத்த ஆவியின் வரம்
- தீத்து 3:4-7 மறுஜென்ம (மீண்டும் பிறக்கும்) முழுக்கினாலும் பரிசுத்த ஆவியினுடைய புதிதாக்குதல்
- ரோமர் 8:9,11 கிறிஸ்துவின் ஆவியில்லாதவன் அவருடையவனல்லன்
- எபேசியர் 1:13-14 பரிசுத்த ஆவியினால் அவருக்குள் முத்திரை போடப்பட்டீர்கள்
- அப் 2:37 நாங்கள் என்ன செய்ய வேண்டும்
- அப் 2:38 மனம்திரும்பி ஞானஸ்நானம் பெறுங்கள்
- அப் 2:21 கர்த்தருடைய நாமத்தைத் தொழுது கொள்கிறவனுக்கு இரட்சிப்பு
- அப் 2:41 பேதுருவின் வார்தையை ஏற்றுக் கொண்டவர்கள் ஞானஸ்நானம் பெற்றனர்
- அப் 2:42 உபதேசம் அந்நியோன்யம் அப்பம் பிட்குதல் ஜெபம் என்று உறுதியாய்த் தரித்து
- அப் 2:43 அற்புதங்கள் அடையாளங்கள் செய்தனர்

- அப் 8:36 ஞானஸ்நானம் பெறத் தடையென்ன
- அப் 10:47-48 பரிசுத்த ஆவியைப் பெற்ற இவர்களும் ஞானஸ்நானம் பெறாதபடிக்கு எவனாகிலும் தண்ணீரை விலக்கலாமா?

பெந்தகோஸ்தேவின் போதும் அதற்கு பின்பும் நடந்தவை

- அப்போஸ்தலர் 2:38 மனம் திரும்பிப் பாவமன்னிப்புக்கென்று ஞானஸ்நானம் பெற்றனர்
- ஆவியின் வரத்தைப் பெறும்படி
- அப் 3:19-20 மனம்திரும்பிக் குணப்பட்டார்கள்
- பாவநிவர்த்தி செய்வதற்கு
- கர்த்தர் சந்நிதானத்தின் இளைப்பாறுதலின் காலம்
- அப் 3:20-21 மனம்திரும்பி குணப்படுங்கள்
- உரைத்தவை எல்லாம் நிறைவேறக் காத்திருக்க
- அப் 1:6 இக்காலத்திலா ராஜ்யத்தை (அரசை) இஸ்ரவேலுக்குத் திரும்பக் கொடுப்பீர் என்று கேட்டார்கள்.
- அப் 1:8 பரிசுத்தஆவியினால் பெலனடைந்து பூமியின் கடைசிபரியந்தம் எனக்கு சாட்சிகளாயிருப்பீர்கள் என்றபின் வானத்திற்கு எடுத்துக்கொள்ளப்பட்டார்
- அப் 1:11 எப்படிச் சென்றாரோ அப்படியே திரும்பி வருவார் என்று தேவதூதர்களால் அறிவிக்கப்பட்டது
- ஏசா 65:17 புதிய வானம் புதிய பூமி
- 2பேதுரு 3:13 புதிய வானம் புதிய பூமிக்குக் காத்திருப்பு
- வெளி 21:1-2 புதிய வானம் புதிய பூமி புதிய எருசலேம் மணவாட்டியாய்

பேதுருவின் முதல் பிரசங்கத்தின் நோக்கம் விளைவு

- பேதுரு அவிசுவாசிகளுக்கு பிரசங்கித்தார் (நற்செய்தி அறிவித்தார்)
- பழைய ஏற்பாட்டின் தீர்க்கதரிசனத்தை விளக்கி மேசியா யார் என்பதை அறிவித்தார்
- அவர்கள் பாவங்களைச் சுட்டிக்காட்டி உணரவைத்தார்
- விசுவாசத்தைமட்டும் சொல்லாமல் மனம்திரும்புதலும் அதற்கான ஞானஸ்நானத்தை யும் அறிவுறுத்தினார்
- ஆத்துமாக்களை இரட்சிப்புக்கு வரவழைக்க எச்சரித்தார்
- 2:23 இயேசுவை நீங்கள் பிடித்து அக்கிரமக்காரருடைய கைகளினால்
- 2:36 நீங்கள் சிலுவையில் அறைந்த இயேசுவே கர்த்தரும் மேசியாவுமானார்
- அப் 2:14 யூதரே இஸ்ரவேலில் வாசம் பண்ணகிறவர்களே 2:22 இஸ்ரவேலரே 2:29 சகோதரரே என்றழைத்துப் பேசினார் பேதுரு
- 2:37 செய்தியைக் கேட்ட இஸ்ரவேலர் சகோதரரே நாங்கள் என்ன செய்ய வேண்டும் என்றனர். அவர்கள் 3000 பேராயிருந்தனர்

பேதுருவின் முதல் பிரசங்கம் (இறைசெய்தி) நமக்குக் கற்றுத் தருபவை:

- எந்தக் காலத்திலும் எந்த இடத்திலும் எவர் எதிரிலும் கிறிஸ்துவை தைரியமாய் பிரசங்கிக்க வேண்டும் (அச்சமின்றி வல்லமையாய்)
- சுவிசேஷத்தை பிரசித்தம் (பரப்புரை) பண்ண ஆயத்தமாயிருத்தல் வேண்டும்

- கிறிஸ்துவிடம் மனம்திரும்பிப் பாவமன்னிப்பைப் பெற புதிய ஆத்துமாக்களை அழைக்க வெண்டும்
- கிறிஸ்துவின் உயிர்த்தெழுதலை நாமும் விசுவாசித்து அதனை அறிக்கை செய்ய வேண்டும்
- பரிசுத்த ஆவியின் அபிஷேகத்தை (தூய ஆவியின் பொழிவை) அனைவரும் பெற ஜெபிக்கிறவராக இருக்க வேண்டும்
- கிறிஸ்துவே ஆண்டவர் என்பதை அறிக்கையிட வேண்டும்
- நமது பழைய வாழ்க்கையை மறந்துவிட்டுப் புதிய உற்சாகத்துடன் ஊழியத்தை உண்மையாய்த் தொடரவேண்டும்
- Do not be the 100th tube light in a bright place. Be a first candle in utter darkness – Bro. Stanley, BYM.

எது என் படகு?

><}}}}*> 00000 <*{{{{><

11. ராஜரீக ஆசாரியக் கூட்டம்

நீங்களோ ராஜரீக ஆசாரியக் கூட்டம் 1 பேதுரு 2:9

அப்போஸ்தலர்கள் யாவர் என்பதை எபேசியர் 2:20 கூறுவதை நாம் கவனிக்க வேண்டும். அப்போஸ்தலர் தீர்க்கதரிசிகள் என்பவர் அஸ்திபாரம் என்று குறிப்பிடப்படுகிறது. ஆனால்..

1பேதுரு 1:2 பேதுரு தம்மை ஓர் பரதேசி என்று குறிப்பிடுகிறார். நம்மையோ ராஜரீக ஆசாரியக் கூட்டமாய் விவரிப்பதைக் காண்கிறோம் 1பேதுரு 2:9

தீர்க்கதரிசிகள் ஆசாரியர் ஓர் முன்னோட்டம்:

கர்த்தர் நானூறு வருட மௌனத்திற்கு பின்பு யோவான் ஸ்நானகன் எனும் ஒரு புதிய தீர்க்கதரிசியை அனுப்பினார். உலகத்தின் பாவத்தை சுமந்து தீர்க்கப்போகும் தேவ ஆட்டுக்குட்டியான இயேசு கிறிஸ்துவின் வருகையை யோவான் ஸ்நானகன் (முழுக்குநர்) அறிவித்தார். பழைய ஏற்பாட்டின் வரலாற்றில் இவ்விதம் வரிசைப்படுத்தப்படுகிறது.

கடவுளின் தூதர்கள், நியாயாதிபதிகள், ராஜாக்கள் (அரசர்கள்), தீர்க்கதரிசிகள் (இறைவாக்கினர்), மல்கியாவிற்குப் பின் 400 வருட கர்த்தரின் மௌனம்.

இயேசு கிறிஸ்து தமது மரணத்தினால் ஆசாரியர்கள் மட்டுமே சென்று வந்த மகாபரிசுத்த ஸ்தலத்தின் திரைச்சீலையை தமது மரணத்தின் மூலம் இரண்டாய் கிழித்து எறிந்தார். மத்தேயு 27:51

இன்று 1பேதுரு 2.9 உண்மையான கிறித்தவர்களுக்கு ஒரு அடையாள அட்டை I.D. Card.

1பேதுரு 2:10

முன்னே கடவுளின் ஜனங்களாயிருக்கவில்லை, இப்பொழுதோ அவருடைய ஜனம்

முன்னே இரக்கம் பெறாதவர்கள், இப்பொழுதோ இரக்கம் பெற்றவர்கள்
தெரிந்துகொள்ளப்பட்ட சந்ததி
ராஜரீகமான ஆசாரியக் கூட்டம்
பரிசுத்த ஜாதி (இனம் - தேசம்)
அவருக்கு சொந்தமான ஜனம் (மக்கள்)

வசிட்டிங் கார்டு என்பதற்கும் ஐடென்டிடி கார்டு என்பதற்கும் வித்தியாசம் உள்ளது. கடவுள் நாம் ஐடென்டிடி கார்டு வைத்திருப்பதையே விரும்புகிறார்.

விசிட்டிங் கார்டு நமது விலாசத்திற்கு மற்றவர் வர உதவும். ஐடென்டிடி கார்டு நாம் மற்றவர் விலாசத்திற்குள் நுழைய உதவும். விசிட்டிங் கார்டு நம்மைப் பற்றிய விவரத்தைச் சொல்லும். ஐடென்டிடி கார்டு நாம் யாருக்குச் சொந்தம் என்று சொல்லும். விசிட்டிங் கார்டு நமது பதவியைச் சொல்லும். ஐடென்டிடி கார்டு நமது பதவியை உறுதிப்படுத்தும். விசிட்டிங் கார்டு நமது வீட்டு விலாசத்தை சொல்லும். ஐடென்டிடி கார்டு நமது உரிமையாளர் விலாசத்தையே (முகவரியையே) சொல்லும். விசிட்டிங் கார்டினால் ஐடென்டிடி கார்டுக்கு மதிப்பில்லை. ஐடென்டிடி கார்டினால் விசிட்டிங் கார்டுக்கு மதிப்புண்டு.

நீங்களோ You are உங்களை you அந்தகாரத்தினின்று out of darkness தம்முடைய His ஆச்சர்யமான marvelous ஓளியினிடத்திற்கு light வரவழைத்தவருடைய who called you புண்ணியங்களை excellencies அறிவிக்கும்படிக்கு proclaim தெரிந்துகொள்ளப்பட்ட chosen சந்ததியாயும் race ராஜரீகமான Royal ஆசாரியக்கூட்டமாயும் Priesthood பரிசுத்த ஜாதியாயும் holy nation அவருக்குச் சொந்தமான His own possession ஜனமாயும் இருக்கிறீர்கள் a people.

நீங்களோ - உங்களை :

எபேசியர் 2:12-13
அக்காலத்திலே கிறிஸ்துவைச் சேராதவர்களும் இவ்வுலகத்தில் தேவனற்றவர்களுமாயிருந்தீர்கள். முன்னே தூரமாயிருந்த நீங்கள் இப்பொழுது கிறிஸ்து

இயேசுவுக்குள் கிறிஸ்துவின் இரத்தத்தினாலே சமீபமானீர்கள்
எபேசியர் 2:17
தூரமாயிருந்த உங்களுக்கும் சமீபமாயிருந்த அவர்களுக்கும் சமாதானத்தை சுவிசேஷமாய் (நற்செய்தியாய்) அறிவித்தார்

எபேசியர் 3:12
பற்றும் விசுவாசத்தால் தைரியம், திட நம்பிக்கை, அவரைச் சேரும் சிலாக்கியம் (சிறப்பு – பேறு)

கிரேக்க ஸ்திரீயினிடம் (பெண்ணிடம்) இயேசு அப்படி பேசியதற்கு காரணம் அவள் அப்பொழுது சமீபமாகவில்லை – மாற்கு 7:27

அந்தகாரத்தினின்று :

கொலோசெயர் 1:13 இருளின் அந்தகாரத்தினின்று நம்மை விடுதலையாக்கி தமது அன்பின் குமாரனின் ராஜ்யத்திற்கு உட்படுத்தினவர்
யோவான் 8:32 சத்தியத்தை அறிந்து விடுதலை

தம்முடைய :

தீத்து 3:5-7 தமது இரக்கத்தின்படியே, தமது கிருபையினாலே

ஆச்சர்யமான ஒளியினிடத்திற்கு :

எபிரேயர் 1:3 மகிமையின் பிரகாசம்
பிலிப்பியர் 2:14 ஜீவ (உயிருள்ள) வசனத்தைக் கொண்டு சுடர்களாய்

வரவழைத்தவருடைய : 1பேதுரு 2:6 ஏசாயா 28:16

தெரிந்து கொள்ளப்பட்டதும் விலையேறப் பெற்றதுமாயிருக்கிற மூலைக்கல். விலையேறப்பெற்றதும் திட அஸ்திபாரமான மூலைக்கல்.
1 கொரிந்தியர் 1:30 அவராலே கிறிஸ்து இயேசுவிற்கு உட்பட்டிருக்கிறீர்கள்

எபிரேயர் 9:11-12 கிறிஸ்துவானவர் வரப்போகிற நன்மைகளுக்குப் பிரதான (தலைமை) ஆசாரியர். பெரிதும் உத்தமுமான கூடாரத்தின் வழியாய். தம்முடைய சொந்த இரத்தத்தினால் ஒரே தரம் மகா பரிசுத்த ஸ்தலத்தில் பிரவேசித்து நித்திய மீட்பை உண்டு பண்ணினார்
எபிரேயர் 9:14 கிறிஸ்துவினுடைய இரத்தம் ஜீவனுள்ள தேவனுக்கு ஊழியஞ்செய்வதற்கு நமது மனச்சாட்சியைச் செத்த கிரியைகளறச் சுத்திகரித்தது (தூய்மைப்படுத்தியது). அழைக்கப்பட்டவர்கள் வாக்குத்தத்தம் பண்ணப்பட்ட நித்திய சுதந்தரத்தை அடையக் கிறிஸ்து புது உடன்படிக்கையின் மத்தியஸ்தராயிருக்கிறார்

புண்ணியங்களை அறிவிக்கும்படிக்கு :

தீத்து 2:11-15
எல்லா மனுஷருக்கும் இரட்சிப்பை அளிக்கத்தக்க நாம் அவபக்தியையும் லௌகீக (உலகத்தின்) இச்சைகளையும் வெறுத்து தெளிந்த புத்தியும் நீதியும் தேவபக்தியும் உள்ளவர்களாய் இவ்வுலகத்தில் ஜீவனம் பண்ணி நாம் நம்பியிருக்கிற ஆனந்த பாக்கியத்துக்கும், மகாதேவனும் (பேராற்றல் பொருந்தி கடவுளும்) நமது இரட்சகருமாகிய இயேசு கிறிஸ்துவினுடைய மகிமையின் பிரசன்னமாக்குதலுக்கும் எதிர்பார்த்துக் கொண்டிருக்கும்படி நமக்கு போதிக்கிறது. அவர் நம்மைச் சகல அக்கிரமங்களினின்று மீட்டுக் கொண்டு தமக்குரிய சொந்த ஜனங்களாகவும் நற்கிரியைகளைச் (நல்ல செய்ல்களை) செய்ய பக்தி வைராக்கியமுள்ளவர்களாகவும் நம்மை சுத்திகரிக்கும்படி நமக்காக தம்மைத்தாமே ஒப்புக் கொடுத்தார். இவற்றை நீ பேசி, போதித்து, சகல அதிகாரத்தோடும் கடிந்துகொள். ஒருவனும் உன்னை அசட்டை பண்ண இடங்கொடாதிருப்பாயாக.

தெரிந்துகொள்ளப்பட்ட சந்ததி :

யோவான் 15:16
நீங்கள் என்னைத் தெரிந்து கொள்ளவில்லை நான் உங்களைத் தெரிந்து கொண்டேன்.
கொலோசெயர் 3:10-17
படைத்தவருடைய சாயலுக்கொப்பாய்ப் பூரண அறிவடையும்படி புதிதாக்கப்பட்ட புதிய மனிதனைத்

தரித்துக் கொண்டிருக்கிறீர்கள். அதிலே கிரேக்கன் யூதன் அடிமை, சுயாதீனன், புறவினத்தவன் என்று இல்லை கிறிஸ்துவே எல்லாரிலும் எல்லாமுமாயிருக்கிறார். ஆகையால் நீங்கள் தேவனால் தெரிந்துகொள்ளப்பட்ட பரிசுத்தரும் பிரியருமாய் உருக்கமான இரக்கத்தையும் தயவையும் மனத்தாழ்மையையும் சாந்தத்தையும் நீடிய பொறுமையையும் தரித்துக் கொண்டு ஒருவரையொருவர் தாங்கி ஒருவர் பேரில் ஒருவருக்குக் குறைபாடு உண்டானால் கிறிஸ்து உங்களுக்கு மன்னித்தது போல ஒருவரையொருவர் மன்னியுங்கள்.

இவை எல்லாவற்றின் மேலும் பூரண சற்குணத்தின் கட்டாகிய அன்பைத் தரித்துக் கொள்ளுங்கள். தேவசமாதானம் உங்களை ஆளக்கடவது. இதற்கென்றே நீங்கள் ஒரே சரீரமாக அழைக்கப்பட்டீர்கள். கிறிஸ்துவின் வசனம் உங்களுக்குள்ளே சகல ஞானத்தோடும் பரிபூரணமாக வாசமாயிருப்பதாக. சங்கீதங்களினாலும் கீர்த்தனைகளினாலும் ஞானப் பாட்டுகளினாலும் ஒருவருக்கொருவர் போதித்துப் புத்திசொல்லிக்கொண்டு உங்கள் இருதயத்திலே கர்த்தரைப் பக்தியுடன் பாடி வார்த்தையினாலாவது கிரியையினாலாவது நீங்கள் எதைச் செய்தாலும் அதையெல்லாம் கர்த்தராகிய இயேசுவின் நாமத்தினாலே செய்து அவர் முன்னிலையாகப் பிதாவாகிய கடவுளை தோத்திரியுங்கள்.

ராஜரீகமான ஆசாரியக் கூட்டம் :

யாத்திராகமம் 19:5 சொந்த சம்பத்தாய் இருப்பீர்கள்
ஏசாயா 61:6 ஜாதிகளின் செல்வத்தை அனுபவித்து
ஏசாயா 62:3 கர்த்தரின் அலங்கார கிரீடமும் ராஜமுடியுமாயிருப்பாய்
எபிரேயர் 4:14-15 தேவகுமாரனாகிய இயேசு என்னும் மகா பிரதான ஆசாரியர் நமக்கு இருக்கிறபடியினால், நாம் பண்ணின அறிக்கையை உறுதியாய்ப் பற்றிக் கொண்டிருக்கக்கடவோம்.
நம்முடைய பலவீனங்களைக் குறித்துப் பரிதபிக்கக் கூடாத பிரதான (தலைமை) ஆசாரியர் நமக்கிராமல், எல்லா விதத்திலும் நம்மைப்போல் சோதிக்கப்பட்டும் பாவமில்லாவராயிருக்கிற பிரதான (தலைமை) ஆசாரியரே நமக்கிருக்கிறார்

மத்தேயு 27:1 பிரதான ஆசாரியர்கள்தான் நமது பிரதான ஆசாரியரை கொலை செய்தார்கள்.
எபிரேயர் 10:19 நாம் பரிசுத்தஸ்தலத்தில் பிரவேசிப்பதற்கு இயேசுவானவர் தமது மாம்சமான (ஊனுடம்பின்) திரையின் வழியாய்ப் புதிதும் ஜீவனுமான மார்க்கத்தை (வழியை) நமக்கு உண்டு பண்ணினார்

பரிசுத்த ஜாதி (தேசம்) :

யாத்திராகமம் 19:6 நீங்கள் எனக்கு ஆசாரிய ராஜ்யமும் பரிசுத்த ஜாதியமாய் இருப்பீர்கள்.
எபேசியர் 2:20-22 அப்போஸ்தல தீர்க்கதரிசிகள் அஸ்திபாரம். இயேசு கிறிஸ்து மூலைக்கல். அவர் மேல் மாளிகை முழுவதும் இசைவாய் இணைக்கப்பட்டு பரிசுத்த ஆலயமாய் எழும்புகிறது. அவர்மேல் நீங்களும் ஆவியினாலே கடவுளுடைய வாசஸ்தலம் (கோவில்)

எபிரேயர் 12:1 பாரமான யாவற்றையும், நம்மைச் சுற்றி நெருங்கி நிற்கிற பாவத்தையும் தள்ளிவிட்டு நமக்கு நியமித்திருக்கிற ஓட்டத்தில் பொறுமையாய் ஓடினால் நாம் பரிசுத்த ஜாதி (இனம்-தேசம்).

அவருக்குச் சொந்தமான ஜனம் :

உபாகமம் 7:6 உன்னைத் தமக்கு சொந்தமாயிருக்கும்படி
1 பேதுரு 1:4-5 நம்மை மறுபடியும் ஜெநிப்பித்தார் (பிறப்பித்தார்)
உங்களுக்கு அந்தச் சுதந்தரம் பரலோகத்தில் (விண்ணகத்தில்) வைக்கப்பட்டிருக்கிறது
2 கொரிந்தியர் 6:16-18 என் ஜனங்களாயிருப்பார்கள் என்று கடவுள் சொன்னபடி நீங்கள் ஜீவனுள்ள ஆலயம்
ஆனபடியால் அசுத்தமானதை தொடாதிருங்கள் அப்பொழுது நீங்கள் எனக்குக் குமாரரும் குமாரத்திகளுமாய் இருப்பீர்கள்
எபேசியர் 2:13-14 முன்னே தூரமாயிருந்த நீங்கள் இப்பொழுது கிறிஸ்து இயேசுவுக்குள் கிறிஸ்துவின் இரத்தத்தினாலே சமீபமானீர்கள் (நெருக்கமானீர்கள்) எப்படியெனில், அவரே நம்முடைய சமாதான காரணராகி, இருதிறத்தாரையும் ஒன்றாக்கி பகையாக நின்ற பிரிவினையாகிய நடுச்சுவரைத் தகர்த்து

சட்டதிட்டங்களாகிய நியாயப்பிரமாணத்தைத் தம்முடைய மாம்சத்தினாலே ஒழித்து, இருதிறத்தாரையும் தமக்குள்ளாக ஒரே புதிய மனிதனாகப் படைத்து இப்படிச் சமாதானம் பண்ணி பகையைச் சிலுவையினால் கொன்று அதினாலே இருதிறத்தாரையும் ஒரே சரீரமாக தேவனுக்கு ஒப்புரவாக்கினார்.

பிரதான ஆசாரியர் என்ன நினைத்தார்கள்?

பழைய ஏற்பாட்டின் காலத்தில் ஆசாரியர்களுக்கென்று குறிப்பாக உடுத்த வேண்டிய உடைகளிருந்தன. பிற சமயத்து ஆசாரியர்களுக்கும், நமது ஆசாரியர்களுக்கும் அதிகப்படியான வேறுபாடுகள் உள்ளன.

யாத்திராகமம் 28:35 ஆசாரியன் சாகாதபடிக்கு மணிகள் கட்டப்பட்டிருந்தன. பிறசமயத்துக் கோவில்களில் மணியடிக்கப்படுவது எதற்காக? உறங்கிக்கொண்டிருக்கும் தெய்வத்தை எழுப்புவதற்காக என்றும் ஆராதனை நடப்பதை அறிவிக்க என்றும் நம்பப்படுகிறது.

அன்றும் இன்றும் என்றும் கடவுளுடன் பேச பிரத்யேக (முதன்மையான அல்லத அதற்கென) மொழியொன்றை எந்த ஆசாரியனும் வைத்திருந்ததில்லை. பிறசமயத்து ஆசாரியர்கள் கடவுளிடம் மத்தியஸ்தராய் நின்று பேசத் தனியே ஒரு மொழியை வைத்துள்ளனர்.

நமது ஆசாரியர்கள் மக்களிடம் கையேந்தியதில்லை. பிறசமயத்து ஆசாரியர்களுக்கு தட்சணை என்று ஒன்று எதிர்பார்க்கப்படுகிறது.

நமது வீட்டு நல்ல நிகழ்ச்சிகள், துக்க நிகழ்வுகள் எதுவாக இருந்தாலும் ஒரே ஆசாரியர்தான் அழைக்கப்படுகிறார். பிறசமயத்தில் ஒவ்வொரு நிகழ்வுக்கும் தனித்தனியே ஆசாரியர்கள் நியமிக்கப்பட்டு உள்ளனர்.

பிலிப்பியர் 2:15 கோணலும் மாறுபாடுமான சந்ததியின் நடுவிலே குற்றமற்றவர்களும் கபடற்றவர்களும் தேவனுடைய மாசற்ற பிள்ளைகளுமாய் இருக்க வேண்டும்.

இந்திய இலக்கியம் சொல்வது என்ன?

சைவ சித்தாந்த மூல நூலாகவும் பன்னிரு திருமுறையின் பிழிவாக விளங்கும் சிவஞான போதத்தின் பன்னிரண்டு சூத்திரங்களில் எட்டாவது சூத்திரம்.

ஐம்புல வேடரின் அயர்ந்தனை வளர்ந்து எனத்
தம்முதல் குருவுமாய் தவத்தினில் உணர்த்தவிட்டு
அன்னியம் இன்மையின் அரன் கழல் செலுமே

தம்முதல் : முதல்வனாகிய இறைவன்
ஐம்புலவேடரின் வளர்ந்து : ஐந்து புலன்கள் (மெய் வாய் கண் மூக்கு செவி) இச்சைகளின் வேடருடன் வளர்ந்து
அயர்ந்தனை : உன்னையும் படைத்தவரையும் அறியாது மயங்கியுள்ளாய்
குருவுமாய் : குருவாக உலகில் வந்துதித்து
தவத்தினில் : துன்பத்தை ஏற்றுச் சிலுவையில் செய்த தவத்தினில்
உணர்த்த : ஆன்மாவிற்கு உணர்த்தி
விட்டு : ஆன்மாவானது பாவத்தை விட்டுப் பிரிந்து
அன்னியம் இன்மையின் : ஆன்மாவிற்கு இறைவனோடிருந்த பிரிவு நீங்கியதால்
அரன் : பாவத்தை அரிந்தெடுத்த இறைவன்
கழல் செலுமே : திருவடியை அடையுமே

பொருள்: ஆன்மாவானது தன் பாவ நிலையை விட்டுத் தனக்கும் இறைவனுக்கும் இடையிலுள்ள பிரிவினை நீங்க மீட்கப்பட்டதால் பாவத்தை அரிந்தெடுக்கும் இறைவன் செய்த தவத்தினால் அவர் திருவடியைச் சேரும்.

ராஜரீக ஆசாரியக் கூட்டமாக நாம் என்ன செய்து கொண்டிருக்கிறோம்? அந்தகாரத்தினின்று ஆச்சர்யமான ஒளியினிடத்திற்கு முழுமையாக வந்துவிட்டோமா? கடவுளால் தெரிந்து கொள்ளப்பட்டவர்கள் என்ற நிச்சயத்தைப் பெற்றிருக்கிறோமா? நம்மை அனுதினமும் பரிசுத்தப்படுத்திக் கொள்கிறோமா? நாம் நம்மை அழைத்தவருடைய சொந்த ஜனம் என்ற உணர்வை கொண்டிருக்கிறோமா? நம்மை வரவழைத்தவருடைய புண்ணியங்களை அறிவிக்கின்றோமா?

எது என் படகு?

><}}}}*> 00000 <*{{{{>

12. பேதுருவும் பவுலும்

பேதுருவும் பவுலும் நற்செய்தி ஊழியத்தின் இரண்டு கண்கள் என்றும் சொல்லலாம். இருவரும் சண்டையிட்டுக் கொண்டனர் என்றெல்லாம் நாம் நமக்குள் தர்க்கம் செய்து கொண்ட தருணங்களும் உண்டு. பவுலடிகள் உள்ளதை உள்ளபடி சொல்கிறவர்மட்டும் அல்ல கண்டித்து உணர்த்தும் ஊழியத்தை மேற்கொண்டவர். சண்டையிட்டனர் என்று சொல்வதைக் காட்டிலும் இது ஒரு ஆரோக்கியமான, மனுஷீக (மனிதருக்குள்ளான) வாக்குவாதம் என்றே நாம் எடுத்துக்கொள்ள வேண்டும். இதன் மூலம் நாம் கற்றுக்கொள்ளும் முக்கியமான பாடம், கடவுளின் மனிதர்களும் மனிதர்களே.

கலாத்தியர் 2:11-19

பேதுரு அந்தியோகியாவுக்கு வந்தபோது, அவன்மேல் குற்றஞ்சுமந்ததினால், நான் முகமுகமாய் அவனோடே எதிர்த்தேன்.

யாக்கோபினிடத்திலிருந்து சிலர் வருகிறதற்கு முன்னே அவன் பிறவினத்தவருடனே சாப்பிட்டான். அவர்கள் வந்தபோதோ விருத்தசேதனமுள்ளவர்களுக்குப் பயந்து விலகிப் பிரிந்தான். மற்ற யூதரும் அவனுடனேகூட மாயம்பண்ணினார்கள்.

சுவிசேஷத்தின் சத்தியத்திற்கேற்றபடி சரியாய் நடவாததை நான் கண்டபோது, எல்லாருக்கும் முன்பாக நான் பேதுருவை நோக்கிச் சொன்னது என்னவென்றால், யூதனாயிருக்கிற நீர் யூதர் முறைமையாக நடவாமல், பிறஇனத்தவர் முறைமையாக நடந்துகொண்டிருக்க, பிறனத்தவரை யூதர் முறைமையாக நடக்கும்படி நீர் எப்படிக் கட்டாயம் பண்ணலாம்?

2 பேதுரு 3:15-16 நம்முடைய கர்த்தரின் நீடிய பொறுமையை இரட்சிப்பென்று (மீட்பு) எண்ணுங்கள். நமக்குப் பிரியமான சகோதரனாகிய பவுலும் தனக்கு அருளப்பட்ட ஞானத்தினாலே இப்படியே உங்களுக்கு எழுதியிருக்கிறான். எல்லா நிருபங்களிலும் இவைகளைக் குறித்துப் பேசியிருக்கிறான். அவன் சொன்னவற்றில் சில

காரியங்கள் அறிகிறதற்கு அரிதாயிருக்கிறது. கல்லாதவர்களும் உறுதியில்லாதவர்களும் மற்ற வேதவாக்கியங்களைப் புரட்டுகிறதுபோலத் தங்களுக்குக் கேடுவரத்தக்கதாக இவற்றையும் புரட்டுகிறார்கள். பவுலும் மற்ற அப்போஸ்தலர்களை சந்திப்பதற்கு முன்பு பேதுருவுடன் பதினைந்து நாட்கள் தங்கியிருந்தேன் என்று குறிப்பிடுகிறார். கலாத்தியர் 1:18.

மேற்கண்ட வசனங்களிலிருந்தே அவர்கள் இருவரின் நட்புறவும் ஆவிக்குரியதான தோழமையும் நமக்கு நன்கே விளங்கும். இறைபணி செய்கிறவர்களுக்குள் கருத்து வேற்றுமைகள் வரலாம். அதுவும் மக்களின் விசுவாசத்திற்கு ஏதுவாக இருத்தல் மிக அவசியமாக உள்ளது. நீதிமொழிகள் 27:17 இரும்பை இரும்பு கருக்கிடும். அப்படியே மனுஷனும் தன் சிநேகிதனுடைய (நண்பனுடைய) முகத்தைக் கருக்கிடுகிறான். பவுலும் பேதுருவும் தம் ஆவிக்குரிய வாழ்வில் பிழையற்றவர்களாகவே வாழ்ந்தனர்.

கலாத்தியருக்குப் பவுல் ஒருவன் நீதிமானாக்கப்படுவது கிரியைகளினால் அல்ல நாம் கொண்டுள்ள விசுவாசத்தினால் மட்டுமே என்னும் செய்தியை தம் நிருபத்தின் மூலமாக வெளிப்படுத்தியுள்ளதை நாம் அறிவோம். அவர் தமது ஊழியத்தின் ஆரம்பத்திலேயே அப்போஸ்தலர்களுடன் இணைந்து அதிலும் குறிப்பாகப் பேதுருவுடன் இணைந்தே செயல்பட்டதாக அறிவித்துள்ளார். நடந்த சம்பவத்தில் துல்லியமாய்த் தோன்றும் பிழை என்னவென்றால், பிறஇனத்தவருடன் அமர்ந்து போஜனம் செய்த பேதுரு யூதர்கள் அங்கு வருவதைக் கண்டதும் அங்கிருந்து விலகிச் சென்றதே. இப்படி நடந்துகொண்டு பிறஇனத்து விசுவாசிகளுக்குத் தவறான பாடம் கற்பித்ததாக மட்டுமே பவுலடிகள் குற்றப்படுத்தினார். அதிலும் குறிப்பாகப் பர்னபாஸ் போன்றவர்கள் பேதுருவின் தவறான இந்நடக்கையைப் பின்பற்ற ஏதுவாயிருந்ததாக அறிவிக்கிறார்.

பேதுருவும் விசுவாசத்தினாலே (பற்றுறுதியினாலே) மட்டுமே நீதிமானாக்கப்படுகிறோம் என்பதை அறியாதவர் அல்லர். அப்போஸ்தலர் 15:5-12, விருத்தசேதனத்தின்

வற்புறுத்தலைக் குறித்ததான வாக்குவாதம் எழுந்தபோது பேதுரு இவ்வாறாகப் பேசியதை நாம் நினைவில் கொள்ள வேண்டும்.

பேதுரு அவர்களை நோக்கி, சகோதரரே, நீங்கள் அறியாதிருக்கிறபடி பிறஇனத்தவர் என்னுடைய வாயினாலே நற்செய்தி வசனத்தைக் கேட்டு விசுவாசிக்கும்படி கடவுள் அநேக நாட்களுக்கு முன்னே உங்களில் ஒருவனாகிய என்னைத் தெரிந்து கொண்டார். விசுவாசத்தினாலே அவர்கள் இருதயங்களை அவர் சுத்தமாக்கி, நமக்கும் அவர்களுக்கும் யாதொரு வேறுபாடு இராதபடி செய்தார். கர்த்தராகிய இயேசு கிறிஸ்துவின் கிருபையினாலே அவர்கள் இரட்சிக்கப்படுகிறது எப்படியோ, அப்படியே நாமும் இரட்சிக்கப்படுவோமென்று நம்பியிருக்கிறோமே என்றான்.

ஆகையால் இவ்வசனம் மூலம் நாம் அறிந்துகொள்வது என்னவென்றால், பேதுரு இந்த உபதேசத்திற்குப் (போதனைக்கு) பின்பாக தாமடைந்த பயத்தின் ஆவி மேற்கொண்டதால் அவ்விதமாக அந்தியோகியாவிலே நடந்துகொண்டு பவுலின் குற்றச்சாட்டிற்கு ஆளானார் என்பதே. மேலும் பேதுரு பேசி முடித்தவுடன் பர்னபாவும் பவுலும் தங்களைக்கொண்டு தேவன் பிறஇனத்தவருக்குள்ளே செய்த அடையாளங்கள் அற்புதற்கள் யாவையும் விவரித்துச் சொல்லக் கேட்டார்கள்.

அந்தியோகியாவில் நடந்த பேதுரு பவுலிடையே முரண்பாட்டை ஏற்படுத்தின நிகழ்ச்சி நமக்குக் கற்பிக்கும் பாடம் என்ன? 1 கொரிந்தியர் 10:12 தன்னை நிற்கிறவனென்று எண்ணுகிறவன் விழாதபடிக்கு எச்சரிக்கையாயிருக்கக்கடவன் என்ற பவுலின் வசனமே. அந்தியோகியாவில் நடந்த இக்கருத்து வேற்றுமையின் நிகழ்வின் அடிப்படையில் பேதுரு தமது நிருபத்தில் இவற்றை எழுதியுள்ளார் என்றும் சிந்திக்க வைக்கிறது.

1 பேதுரு 1:2 பிதாவாகிய தேவனுடைய முன்னறிவின்படியே, ஆவியானவரின் பரிசுத்தமாக்குதலினாலே கீழ்ப்படிதலுக்கும் இயேசு

கிறிஸ்துவினுடைய இரத்தம் தெளிக்கப்படுதலுக்கும் தெரிந்துகொள்ளப்பட்ட பரதேசிகளுக்கு எழுதுகிறதாவது.

1 பேதுரு 1:4 ஜீவனுள்ள நம்பிக்கை உண்டாகும்படி தமது மிகுந்த இரக்கத்தின்படியே நம்மை மறுபடியும் ஜெநிப்பிப்பித்தார் (பிறப்பித்தார்).

2 பேதுரு 3:18 நம்முடைய கர்த்தரும் இரட்சகருமாகிய இயேசு கிறிஸ்துவின் கிருபையினாலும் அவரை அறிகிற அறிவிலும் வளருங்கள்.

பேதுரு மறுமொழியாய் தம்மிடம் பிறஇனத்தாருடன் உணவு அருந்தியதைக் குறித்து வாக்குவாதம் பண்ணியவரிடம் பதிலளித்ததிலிருந்து பேதுருவின் மனமாற்றமும் அதற்கான கடவுளின் பாடமாய்ப் பெற்ற விசேஷித்த (சிறப்பான) தரிசனத்தையும் உரைப்பதிலிருந்தும் நம்மால் உணரமுடியும். அப்போஸ்தலர் 11:2 பேதுரு எருசலேமுக்குத் திரும்பிவந்தபோது விருத்தசேதனமுள்ளவர்கள் அவனை நோக்கி, விருத்தசேதனமில்லாத மனுஷரிடத்தில் நீர் போய், அவர்களோடே போஜனம் பண்ணினீர் (உணவருந்தினீர்) என்று, அவனோடே வாக்குவாதம் பண்ணினார்கள். அதற்குப் பேதுரு காரியத்தை முதலிலிருந்து வரிசையாய் அவர்களுக்கு விவரிக்கத் தொடங்கினான். தாம் கண்ட தரிசனத்தையும் அதினால் தமக்கு மூன்றுதரம் விளக்கப்பட்ட சத்தியத்தையும் அறிவித்ததாக காண்கிறோம்.

பேதுரு கொர்நேலியுவைச் சந்திக்கச் சென்றபோது அவனோடு கூடிவந்திருந்தவர்களைக் கண்டவுடன் தாம் தரிசனத்தின் வழியாய் தமக்குப் போதிக்கப்பட்டதைக் குறித்துப் பேசியதை நாம் நினைவில் கொள்ளவேண்டும். அப்போஸ்தலர் 10:28 அந்நிய ஜாதியானோடே (இனத்தார்) கலந்து அவனிடத்தில் போக்குவரவாயிருப்பது யூதனானவனுக்கு விலக்கப்பட்டிருக்கிறதென்று நீங்கள் அறிந்திருக்கிறீர்கள். அப்படியிருந்தும் எந்த மனுஷனையும் (மனிதரையும்) தீட்டுள்ளவனென்றும் அசுத்தனென்றும் நான் சொல்லாதபடிக்குக் கடவுள் எனக்குக் காண்பித்திருக்கிறார்.

பேதுருவுக்கும் பவுலுக்கும் உள்ள ஒற்றுமை வேற்றுமை

இருவரும் முதலாம் நூற்றாண்டில் வாழ்ந்த சமகாலத்து யூதர்களாகவும், சட்டம், தீர்க்கதரிசிகள் மற்றும் யூதக் கோட்பாடுகளில் திளைத்திருந்தவர்கள். இருவரும் ஆவிக்குரிய பிடிவாதக் குணங்களைக் கொண்டவர்களாகவும், தைரியசாலிகளாகவும் (துணிச்சலுள்ளவர்களாகவும்) நல்ல தலைமைத்துவம் கொண்டவர்களாகவும் திகழ்ந்தனர். சுயமாய்த் தொழில் செய்து வந்தவர்களாகவும் இருந்தனர்.

இருவரும் ரோமாபுரியில் நீரோ மன்னன் காலத்தில் அவனால் உபத்திவரவத்திற்குள்ளாகி (துன்பப்பட்டு) கொல்லப்பட்டு இரத்தசாட்சியாக இறந்தனர்.

பேதுரு கலிலேயாக் கடற்கரையோரமுள்ள வடபகுதியில் யோனா என்பவரின் மகனாய்ப் பிறந்த மீனவர். அறிவுள்ள ஆனால் நன்கு கல்வியறிவைப் பெறாதவர். கிறிஸ்துவுடன் மூன்றரை வருடங்கள் பயணித்தவர். கிறிஸ்து கைதானபோது அவரை மூன்று தரம் மறுதலித்தவர். அதன்பின் அதற்காக மனம்கசந்து அழுது மனம்திருந்தியவர்.

பவுல் தற்போதயை துருக்கியில் தென்கிழக்குப் பகுதியில் பிறந்தவர். ரோமக் குடிமகனாய் வாழ்ந்த எபிரேயர். கிரேக்கத் தத்துவங்கள், இலக்கியங்கள் படித்த கல்விமானாகவும் சிறந்த எழுத்தாளராகவும் பேச்சாளராகவும் வாழ்ந்தவர். அந்நாட்களில் இருந்த தலைசிறந்த யூதரபியான கமாலியேல் என்னும் வேதப்பண்டிதரிடம் பயின்ற மாணவர்.

இருவரும் ஆதித்திருச்சபையின் காலத்தில் இருவிதமான ஊழியத்தை செய்து வந்தனர். பவுலுக்கும் பேதுருவுக்குமான தலையாய வேறுபாடு குறித்து ஆய்வாளர் ஹான்ஸ் அர்ஸ்வான் பெல்தசார் என்பவர் "இருவருக்கும் உள்ள வித்தியாசம், திருச்சபைத் தலைவருக்கும் வரமாய்ப்பெற்ற இறையியல் எழுத்தாளருக்குமான வித்தியாசமே" என்று குறிப்பிடுகிறார்.

இவ்விருவரின் நற்செய்தி இருவிதமாக ஆய்வாளர்களால் குறிப்பிடப்படுகிறது. பவுலின் நற்செய்தியை விருத்தசேதனமின்மையின் நற்செய்தி என்றும் பேதுருவின் நற்செய்தியை விருத்தசேதனத்தின் நற்செய்தியென்றும் கருதப்படுகிறது. ஆனால் இது உண்மையன்று. பேதுரு பிறஇனத்தவரிடம் பிரசங்கித்ததை அப்போஸ்தலர் பத்தாம் அதிகாரத்தில் நாம் காணலாம். அப்போஸ்தலர் 10:46 பேதுருவோடேகூட வந்திருந்த விருத்தசேதனமுள்ள விசுவாசிகள் கேட்கும்போது, பரிசுத்த ஆவியின் வரம் பிறஇனத்தவர் மேலும் பொழிந்தருளப்பட்டதைக்குறித்துப் பிரமித்தார்கள்.

தீமோத்தேயுவிற்குப் பவுல் கூறிய அறிவுரையில் நாம் நமக்கும் திருஷ்டாந்தமாக (மறைபொருளாய்) உணருவது என்ன? 2 தீமோத்தேயு 2:15 நீ வெட்கப்படாத ஊழியக்காரனாயும் சத்திய வசனத்தை நிதானமாய்ப் பகுத்துப் போதிக்கிறவனாயும் உன்னைத் தேவனுக்கு முன்பாக உத்தமனாக நிறுத்தும்படி ஜாக்கிரதையாயிரு (எச்சரிக்கையாயிரு).

பேதுரு தன் சகோதரன் அந்திரேயாவின் மூலம் கிறிஸ்துவுக்கு அறிமுகமானார். ஆயினும் சீடர்களின் முதன்மையானவராக திகழ்ந்தார். நீர் கடவுளின் குமாரனாகிய கிறிஸ்து என்று இயேசு கிறிஸ்துவிடம சொன்னவர் அவர் மாத்திரமே. நித்திய ஜீவ (வாழ்வளிக்கும்) வசனங்கள் உம்மிடத்தில் உண்டு என்று கிறிஸ்துவிடம் சொன்னவரும் பேதுருவே.

1 கொரிந்தியர் 15:5,8 மூன்றாம் நாளில் உயிர்த்தெழுந்து கேபாவுக்கும் பின்பு பன்னிருவருக்கும் தரிசனமானார். எல்லாருக்கும் பின்பு அகாலப்பிறவி போன்ற எனக்கும் தரிசனமானார். இவ்வசனங்களில் பவுல் தன்னைக்குறித்தும் பேதுருவைக் குறித்தும் சொல்வதை நாம் சிந்திக்க வேண்டும்.

பவுலடிகளும் பேதுருவும் கொடுத்த உபதேசங்களும் அவர்கள் எழுதின நிருபங்களின் கருத்தியல்களும் வேறுபட்டிருப்பதை நாம் அநேக இடங்களில் காணலாம். பவுலடிகள் இரட்சிப்பைக் குறித்துச் சொல்வதை

இவ்விதமாக வாசிக்கிறோம். 1 தீமோத்தேயு 1:16 நித்திய ஜீவனை அடையும்படி இனிமேல் இயேசுகிறிஸ்துவினிடத்தில் விசுவாசமாய் இருப்பவர்களுக்குத் திருஷ்டாந்தம் உண்டாகும்பொருட்டுப் பிரதான பாவியாகிய என்னிடத்தில் அவர் எல்லா நீடிய பொறுமையையும் காண்பிக்கும்படி இரக்கம் பெற்றேன்.

பேதுருவின் அறிவிப்பு இவ்விதமாக உள்ளதை நாம் அறிவோம். அப்போஸ்தலர் 2:38 நீங்கள் மனந்திரும்பி ஒவ்வொருவரும் பாவமன்னிப்புக்கென்று இயேசு கிறிஸ்துவின் நாமத்தினாலே ஞானஸ்நானம் (திருமுழுக்கு) பெற்றுக்கொள்ளுங்கள். அப்பொழுது பரிசுத்த ஆவியின் வரத்தைப் பெறுவீர்கள்.

மேலும் பேதுருவின் இரட்சிப்படைய வேண்டிய முறைமை இப்படி அறிவிக்கப்படுகிறது. முதலில் மனம்திரும்புதல், இரண்டாவது பாவமன்னிப்புக்கென்று இயேசு கிறிஸ்துவின் நாமத்தினாலே ஞானஸ்நானம், மூன்றாவது பரிசுத்த ஆவியின் வரத்தைப் பெறுவது.

பவுல் கூறுகின்ற உபதேசம் என்னவாக உள்ளது? எபேசியர் 1:13 நீங்கள் உங்கள் இரட்சிப்பின் சுவிசேஷமாகிய (மீட்பின் நற்செய்தியாகிய) சத்திய வசனத்தைக் கேட்டு விசுவாசிகளானபோது, வாக்குத்தத்தம் பண்ணப்பட்ட பரிசுத்த ஆவியால் அவருக்குள் முத்திரைபோடப்பட்டீர்கள். அதே பவுல் இவ்விதமாகவும் சொல்கிறார். ஞானஸ்நானத்தைக் கொடுக்கும்படி கிறிஸ்து என்னை அனுப்பவில்லை. சுவிசேஷத்தைப் பிரசங்கிக்கவே அனுப்பினார். கிறிஸ்துவின் சிலுவை வீணாய்ப் போகாதபடிக்கு சாதுரிய ஞானமில்லாமல் பிரசங்கிக்கவே அனுப்பினார், 1கொரிந்தியர் 1:17.

பவுல் இடம் பொருள் ஏவல் என்கிற அடிப்படையில் தமது பிரசங்கத்தைச் செய்தார் என்பதை நாம் அறிய முடியும். அப்போஸ்தலர் 16:1 பவுல் ஊழியத்திற்குத் தன்னுடன் தீமோத்தேயுவைக் கூட்டிச் செல்லவேண்டும் என்று விரும்பி, அவனுடைய தகப்பன் கிரேக்கன் என்று அவ்விடமிருந்த யூதர்கள் எல்லாரும் அறிந்திருந்தபடியால்

அவர்கள் நிமித்தமும் தீமோத்தேயுவிற்கு விருத்தசேதனம் பண்ணினான் என்று சொல்லப்படுகிறது.

ஆனால் கிரேக்கனாயிருந்த தீத்து அவருடனேகூட இருந்தும் விருத்தசேதனம் பண்ணிக் கொள்ளும்படிக்குக் கட்டாயம் பண்ணவில்லை. நம்மை நியாயப்பிரமாணத்திற்கு அடிமைகளாக்கும் பொருட்டு பக்கவழியாய் நுழைந்த கள்ளச் சகோதரர் நிமித்தம் அப்படியாயிற்று என்றும் பவுலே சொல்வதை நாம் அறிகிறோம், கலாத்தியர் 2:3-4.

நான் அதிக ஜனங்களை (மக்களை) ஆதாயப்படுத்திக் கொள்ள என்னைத்தானே எல்லாருக்கும் அடிமையாக்கினேன். நியாயப்பிரமாணத்துக்குக் (கட்டளைகள்) கீழ்ப்பட்டவர்களை ஆதாயப்படுத்தவும், நியாயப்பிரமாணம் இல்லாதவர்களை ஆதாயப்படுத்திக் கொள்ளும்படி நியாயப்பிரமாணம் இல்லாதவனைப் போலவுமானேன்.

கடவுளுக்கு முன் நியாயப்பிரமாணமில்லாதவனாயிராமல் கிறிஸ்துவின் பிரமாணத்துக்குள்ளானவனாயிருக்கிறேன், 1 கொரிந்தியர் 9:20-21.

பவுலுக்கும் பேதுருவுக்கும் உள்ள போதனையில் வேற்றுமை

பெந்தகோஸ்தே தினத்தில் பேதுரு கடவுளின் ராஜ்யத்தின் (இறை அரசின்) சுவிசேஷம் பிரசங்கிக்கையில் பவுல் கிறிஸ்துவை அறியாது ஏற்காமல் இருந்தார். பின்பு பவுல் கடவுளின் கிருபையின் சுவிசேஷத்தை பிரசங்கிக்கையில் (போதிக்கையில்) பேதுரு தனது நற்செய்தி அறிவிப்பை விருத்தசேதனமுள்ளவர்களுக்குள்ளாக மட்டும் என்று சுருக்கிக்கொண்டார்.

பேதுருவுக்கும் பவுலுக்கும் இருந்த சிந்தனை வேற்றுமை என்ன என்பதை நாம் அறியமுடியும். இஸ்ரவேலும் அதன் தீர்க்கதரிசனமும் என்று எடுத்துக்கொண்டால், பேதுரு இஸ்ரவேல் இன்னும் அந்தத் தீர்க்கதரிசனங்களுக்காகக் காத்துக்கொண்டிருக்கிறது, ஆனால் நம் தீர்க்கதரிசனங்கள் நிறைவேறிவிட்டன என்றார், (அப்போஸ்தலர் 2:16-17, 3:21,

24-26). பவுலோ இஸ்ரவேல் தள்ளுண்டு போனது, (ரோமர் 3:10,19, 11:11,25, 16:25) ஆனால் தீர்க்கதரிசனங்கள் ஒத்திவைக்கப்பட்டுள்ளன என்றார்.

யூதர்களின் இரட்சிப்பு அப்போஸ்தலர்களால் வழிநடத்தல் என்பது பேதுருவின் கருத்து (யோவான் 4:22, மத்தேயு 19:28 1பேதுரு 1:10). பிறஇனத்தவருக்கு இரட்சிப்பு தன் வழியாய்க் கொண்டு சேர்க்கப்படுகிறது என்பது பவுலின் கருத்து (ரோமர் 11:13, கொலோசெயர் 1:25 2தீமோத்தேயு 1:11).

திருச்சபையை பொறுத்தமட்டில் யூதரும் புறவினத்தவரும் வகை பிரிக்கப்பட்டுள்ளனர் என்றும் இஸ்ரவேல் கடவுளால் தெரிந்தெடுக்கப்பட்டவர் என்பது பேதுருவின் சிந்தனை (அப்போஸ்தலர் 11:9, மத்தேயு 10:5, லூக்கா 24:49). இனி யூதனென்றும் இல்லை பிறஇனத்தவர் என்றும் இல்லை, அனைவரும் புதிய சிருஷ்டியாக்கப்பட்டு (படைப்பாக்கப்பட்டு) கிறிஸ்துவின் சரீரம் (திருவுடல்) என்றாகிவிடுகிறோம் என்பது பவுலின் சிந்தனை (கலாத்தியர் 3:28, கொலோசெயர் 2:11, 1கொரிந்தியர் 12:20

பரிசுத்த இனமும், மீதமுள்ள இஸ்ரவேலும் தான் கடவுளின் பிரதிநிதிகளாக (சார்பாளர்கள்) இந்த பூமியில் இருப்பார்கள் என்பது பேதுரு வலியுறுத்தும் உபதேசம் (1பேதுரு 2:5,9 ஏசாயா 61:6). பிறஇனத்தவரில் எழுகின்றவர்களே இந்த உலகத்தினை எதிர்த்து நிற்கும் பிரதிநிதிகள் என்பது பவுலின் உபதேசம் (2கொரிந்தியர் 5:20, 2தீமோத்தேயு 2:2).

நமக்காகக் காக்கப்பட்டிருக்கிற சுதந்தரம் பரலோகத்தில் வைக்கப்பட்டிருக்கிறது என்ற முடிவைப் பேதுரு அறிவிக்கிறார் (1பேதுரு 1:4, எபிரேயர் 13:14 வெளிப்படுத்தல் 21:2). நம்மை உன்னதங்களில் அவரோடே உட்காரவும் செய்தார் என்ற முடிவை பவுல் அறிவிக்கிறார். (பிலிப்பியர் 3:20, எபேசியர் 2:6, 1தெசலோனிக்கேயர் 4:17).

இந்திய இலக்கியம் என்ன சொல்கிறது?

யதோவா இமானி பூதானி ஜாயந்தே,யேன ஜாதனி ஜீவந்தி, யத் பிரயந்த்யபிசம் விஸந்தி – தைத்திரிய உபநிடதம்

பேரண்டத்தில் உள்ள எல்லா பொருட்களும் எதிலிருந்து தோன்றி, எங்கு வாழ்ந்து, எதனிடம் திரும்புகிறதோ அதுவே பிரமன் என்று பொருள். பரமன் என்பதே பிரமன் என்பதன் ஒலித் திரிபு. பிரமன் என்றால் சிருஷ்டிகர்த்தாவாகிய கடவுள் (படைத்தவர்).

எது எப்படியிருந்தாலும் எல்லாவற்றின் முடிவும் எவ்விதமாக உள்ளது என்பதை அறிவதற்கு ஒரு திருவசனம் நமக்காக விளங்குகிறது. காலங்கள் நிறைவேறும்போது விளங்கும் நியமத்தின்படி பரலோகத்தில் இருக்கிறவைகளும் பூலோகத்தில் இருக்கிறவைகளுமாகிய சகலமும் கிறிஸ்துவுக்குள்ளே கூட்டப்படவேண்டுமென்று, தமக்குள்ளே தீர்மானித்திருந்த தம்முடைய தயவுள்ள சித்தத்தின் இரகசியத்தை எங்களுக்கு அறிவித்தார், எபேசியர் 1:8.

எது என் படகு?

><}}}}*> 00000 <*{{{{><

13. பேதுருவின் முதலாம் நிருபமும் அறிவுரைகளும்

ஆதித்திருச்சபைகள் ரோமாபுரியில் உபத்திரவம் (பெருந்துன்பம்) அடைந்து வந்த நிலையில் அந்தக் காலக்கட்டத்தின் சூழ்நிலையின் வேளையில் எழுதப்பட்டது பேதுருவின் முதலாம் நிருபம்.

ஆதித்திருச்சபையின் முதன்மைத் தலைவர் (போப்) எனவும் நம்பப்படும் இவரைப் பற்றிய செய்திகள் உண்டு. நீரோ மன்னன் கிறித்தவ மக்களை துன்புறுத்திய காலத்திற்குப் பிறகுதான் பேதுரு ரோமாபுரியில் இரத்தச்சாட்சியாக மரித்திருக்க வேண்டும். பவுலடிகள் சிறைப்பட்டிருந்த காலத்திற்குப் பின்பே இந்த நிருபம் எழுதியிருக்கக் கூடும் (கொலோசெயர் 4:10).

துன்பம் துயரம் இரண்டும் ஒன்று போலத் தோன்றினாலும் இரண்டிற்கும் வேறுபாடு உண்டு. துன்பம் உடல் சார்ந்த வலி. துயரம் மனம் சார்ந்த வலி. கெத்சமனேயில் இயேசு கிறிஸ்து அனுபவித்த வலி மனம் சார்ந்தது. சிலுவையில் அவர் அனுபவித்த வலி உடல் சார்ந்தது – கவிஞர் அருள்பிரகாஷ்.

கிறித்தவமக்கள் அனுபவித்த துயரம் துன்பத்திற்கு ஆறுதல் அளிக்கும் விதமாகவும் அவர்கள் விசுவாசத்திற்கு ஊக்கம் அளிக்கும் விதத்திலும் பேதுரு இந்தக் கடிதத்தை எழுதினார் என்று நம்மால் புரிந்துகொள்ள முடியும்.

இரண்டு நிருபங்களிலும் பேதுரு தன்னை அப்போஸ்தலன் என்றே குறிப்பிடுகிறார். கிரேக்கத்தில் Apo என்றால் பயணத் தொடக்கம் என்றும் stello என்றால் அனுப்பப்படுதல் என்றும் பொருள் கொள்ளவேண்டும்.

இந்த நிருபத்தின் பொருளடக்கத்தை இவ்விதமாக விவரிக்க முடியும். கிறித்தவ மக்களின் துயரமும் கடவுள் அருளிய இரட்சிப்பின் திட்டம், கிறித்தவரின் பரிசுத்த வாழ்க்கை, கிறிஸ்துவின் மேல் விசுவாசம் வைத்து அவரை வந்து சேர்ந்தவர்கள், விசுவாசிகளின் கீழ்படிதல், நன்மை செய்தும் பாடனுபவிப்பது என்ற வகையிலும் பிரிக்கலாம்.

உடலினால் அடையும் பாடுகள், கடைசிக் காலம், சபை மூப்பர்களுக்கான அறிவுரை, வாலிப ஆண்கள் பெண்களுக்கான அறிவுரை என்ற வரிசையில் எழுதப்பட்ட நிருபமாகவும் இதனை வகைப்படுத்தலாம்.

பாடுகளுக்கான பேதுருவின் ஏழு அறிவுறுத்தல்கள்:

- நமது நம்பிக்கை 1:1-12
- நம்முடைய மீட்பு 1:13-23
- நம்முடைய பாக்கியம் 2:4-12
- நமக்கு மாதிரி 2:13-25
- நம்முடைய நடவடிக்கை 3:1-22
- நம்முடைய உள்ளான சிந்தை 4:1-19
- நம்முடைய நித்தியம் 5:1-14

முதலாம் நிருபத்தின் பிரிவுகள்:

கடவுளின் சொந்த மக்கள் 1:1-2:10

உட்பிரிவுகளாய் நாம் அறிந்து கொள்வது

வாழ்த்து 1:1-2
ஆசீர்வாதம்: தீர்க்கதரிசிகள் மூலமாக அறிவிக்கப்பட்ட புதிய நம்பிக்கைக்குரியவர்கள் 1:3-12
பரிசுத்தத்திற்கு அழைக்கப்பட்டவர்கள் 1:13-25
கடவுளின் புது சிருஷ்டிகளானவர்கள் (புதிய படைப்பானவர்கள்) 2:1-10

உலகத்தார் அல்லாதது போல் வாழ்பவர்கள் 2:11-3:12

நற்கிரியை செய்யும் நல்நடக்கையுள்ளவர்கள் 2:11-12
அதிகாரமுடையவர்களை கனம்பண்ணுவது 2:13-17
குடும்பத்தினருடன் ஒத்திருப்பது 2:18-3:7
பணியாளர்களின் பணிவு 2:18-20
கிறிஸ்துவின் மாதிரியைப் பின்பற்றுதல் 2:21-25
மனைவி கணவருக்குக் கீழ்ப்படிவது 3:1-4
சாராளைப் பின்பற்றி வாழ்வது 3:5-6
புருஷர்கள் மனைவிகளை கனம்பண்ணுவது 3:7

சுற்றத்துடனான உறவு 3:8-12

பாடுகளுக்குப் பயப்படாதிருத்தல்

நீதியின் நிமித்தம் நன்மை செய்து பாடனுபவிப்பது 3:13-17
கிறிஸ்துவின் பாடு அநீதியுள்ளவர் நீதிமானாக 3:18-22
பாடுகள் பழைய துன்மார்க்கதின் (தீய வழியின்) நிமித்தம் 4:1-6
ஒருவரிலொருவர் ஊக்கமான அன்பு 4:7-11
நியாத்தீர்ப்பின் நாளுக்காக பாடுகளில் மகிழ்ச்சி 4:12-19

கடவுளின் மந்தைக்கு மேய்ப்பராய் 5:1-14

தாழ்மையை அணிந்துகொள்ளும் உறவு 5:1-7
மூப்பர்கள் முன்மாதிரியாய் இருத்தல் 5:1-4
மேய்ப்பருக்குக் கீழ்ப்படியுங்கள் 5:5
ஒருவருக்கொருவர் தாழ்மையாயிருப்பது 5:6-7
விசுவாசத்தில் உறுதி, பிசாசை எதிர்த்தல் 5:8-11
வாழ்த்துடன் முடிவுரை 5:12-14

கிறித்தவ வாழ்வினை நான்கு விதமாகப் பிரித்துப்பார்க்கும் வகையில் பேதுருவின் முதலாம் நிருபம் அமைந்துள்ளது.

கிறித்தவராவதற்கு முன்பு உள்ள நிலை: கடவுளின் முன்னறிவின்படி தெரிந்துகொள்ளப்பட்டது 1:2. இச்சைகளின் அறியாமை 1:14

கிறித்தவராகத் தகுதிப்படுத்திக்கொள்ளும் நிலை: கிறிஸ்து சிந்திய இரத்தத்தின் மூலமும், ஆவியினால் சத்தியத்திற்குக் கீழ்ப்படிந்தவராகியது 1:2,22 கிறிஸ்துவின் இரத்தத்தினால் உண்டான மீட்பு 1:18

கிறித்தவராய் வாழுகின்ற நிலை: கிறிஸ்துவிற்குக் கீழ்ப்படிகிற பிள்ளைகளாகி 1:2,14,22

எதிர்நோக்கியுள்ள நம்பிக்கையின் நிலை: இயேசு கிறிஸ்து மரித்தோரிலிருந்து எழுந்ததினாலே, அழியாததும் மாசற்றதும் வாடாததுமாகிய சுதந்தரத்திற்கேதுவாக, உயிருள்ள நம்பிக்கை உண்டாகும்படி தமது மிகுந்த

இரக்கத்தின்படியே நம்மை மறுபடியும் ஜெநிப்பித்ததை நம்புவது 1:4 கடவுளின் நியாயத்தீர்ப்பு 1:17

பவுலடிகளின் உபதேசமும் பேதுருவின் உபதேசமும் அநேக வசனங்களில் ஒத்திருப்பதைக் காணலாம்.

ரோமர் 13:1-2 மேலான அதிகாரமுள்ளவர்களுக்குக் கீழ்ப்படிதல். 1பேதுரு 2:13-14 மனுஷர்களுடைய கட்டளைகளுக்குக் கீழ்ப்படிதல். ரோமர் 13:3 அதிகாரத்திற்கு பயப்படாமல் நன்மை செய்வது. 1பேதுரு 2:15 நன்மை செய்வதினால் மனுஷருடைய அறியாமையை அடக்குவது. கலாத்தியர் 5:13 சுயாதீனத்திற்கு (உரிமை வாழ்வு) அழைக்கப்பட்டவர்கள். 1பேதுரு 2:16 சுயாதீனமுள்ளவர்களாயிருக்கிறீர்கள். ரோமர் 12:10 சகோதரசிநேகத்தில் கனம்பண்ணுங்கள். 1 பேதுரு 2:17 சகோதர சிநேகத்திலே எல்லாரையும் கனம்பண்ணுங்கள்.

பேதுருவின் முடிவுரையின் ஆசியும் இவ்விதமாக உள்ளது. “உங்களைச் சீர்படுத்தி” என்ற சொல்லி வாழ்த்துவதை நாம் வாசிக்கிறோம். கிரேக்கத்தில் இந்தச் சொல்லை சாதாரண வார்தையாக இல்லாமல் (teleios), அதனை ஆழமாக அழுத்தமான சொல்லாக (katartisei), ஒரு மீனவன் தனது வலையைச் சீர்செய்வது போல தகுதியாய் மாற்றிக்கொள்ளப் பயன்படுத்தும் ஒரு சொல்லாகப் பயன்படுத்தி இருப்பதாக ஆய்வாளரின் கருத்து. மேய்ப்பர்களுக்கும் விசுவாசிகளுக்கும் எழுதப்பட்ட நிருபமாக இருந்தும் இந்நூலின் வழிநடத்துதல் விசுவாசத்தின் மேன்மையை வெளிப்படுத்துவதாக உள்ளது.

ஒரு பெண் தன் கல்லூரி நுழைவுத்தேர்வின் விண்ணப்பத்தில் இவ்விதமாக கேள்வி கேட்கப்பட்டிருந்ததை கண்டு என்ன பதில் அளிப்பது என்ற திகைப்பில் இருந்தாளாம். நீ என்ன ஆக விரும்புகிறாய்? வழிநடத்தும் தலைவியாக விருப்பமா? இல்லை தலைவியைப் பின்பற்றுகிறவளாக விருப்பமா என்று அதில் கேள்வி கேட்கப்பட்டிருந்தது. மிகுந்த யோசனைக்குப் பின் அவள் தான் பின்பற்றுகிறவளாக

விரும்புவதாக எழுதிக் கொடுத்தாள். நிச்சயமாக நமக்கு இந்தக் கல்லூாயில் சேர அனுமதி கிடைக்காது என்று நினைத்திருந்தாள். ஆனால் அவள் சேர்க்கப்பட்டதாகப் பதில் வந்தது. அந்த பதிலில் இவ்விதமாக எழுதப்பட்டிருந்ததாம். நாங்கள் இதுவவரை 1650 தலைவிகளை ஏற்றுக்கொண்டோம். ஒரே ஒருவராவது பின்பற்றுகிறவராக ஏற்றுக்கொள்வது நல்லது என்று எண்ணி உன்னை சேர்த்துக்கொண்டோம் என்று எழுதியிருந்ததாம்.

இந்திய இலக்கியம் என்ன சொல்கிறது?

திருச்சிலம்பு ஓசை ஒலி வழியே சென்று
நிருத்தனைக் கும்பிடு என்று உந்தீபற
நேர்பட அங்கே நின்று உந்தீபற – திருவுந்தியார்.

திருச்சிலம்பு ஓசை ஒலி வழியே சென்று : இறைவனை மனம், வார்த்தை, காயம் (சிந்தை, சொல், செயல்) கொண்டு வணங்குபவர்கட்கு அவர் மெல்லிய ஓசை மூலம் தம்மை வெளிப்படுத்துவார்.
நிருத்தனைக் கும்பிடு : உள்ளத்தில் அசைவாடும் கடவுளை வணங்கு
அங்கே நேர்பட நின்று : மனம் ஒன்றி வணங்கி
மெல்லிய ஓசை : ஓம் (ஓம்: ஆம். ஆம்: ஆமென்)

கடவுளை முழு உள்ளத்தோடும் முழு ஆத்துமாவோடும் முழுபலத்தோடும் அன்புகூருவதே, வணங்குவதும் தொழுது கொள்வதுமாகும் என்று நம்முடைய வேதம் சொல்கிறது.

1 ராஜாக்கள் 19:12 அக்கினிக்குப்பின் அமர்ந்த மெல்லிய சத்தம் உண்டானது. ஆதியுமாயிருக்கிற ஆமென் என்கிறவர் சொல்லுகிறதாவது, வெளிப்படுத்தல் 3:14

சத்தத்தைக் கேட்கும் ஆடுகள் என்னைப் பின்பற்றும் என்று இயேசு கிறிஸ்து சொன்னார். அந்த இயேசு கிறிஸ்துவைப் பெரிய மேய்ப்பன் என்று பவுல் சொல்கிறார் (எபிரேயர் 13:20), பிரதான (தலையாய) மேய்ப்பன் என்று பேதுரு சொல்கிறார் (1பேதுரு 5:4), ஆனால் மேய்ப்பனே சொன்னார், நான் நல்ல மேய்ப்பன் என்று. செவிகொடுக்கச்

சித்தமான பின்பே பேதுரு இயேசு கிறிஸ்துவின் ஆடுகளை மேய்க்கச் சித்தமானார். நாமும் செவிகொடுக்கும் ஆடுகளாய் இருக்க அவரது அழைப்பைப் புரிந்துகொள்ள வேண்டுமல்லவா?

எது என் படகு?

><}}}}*> 00000 <*{{{{><

14. இரண்டாம் நிருபமும் இரண்டாம் வருகையும்

இந்த நிருபத்தைப் பேதுரு எதற்காக எழுதினார்? 2 பேதுரு 1:3, 16 வசனங்கள் தெளிவாய் நமக்கு விளக்குகின்றன. இந்த இரண்டாம் நிருபம் கிறித்தவ வாழ்வு, துர்உபதேசம் மற்றும் இரண்டாம் வருகைக்கான நம்பிக்கையையும் ஆயத்தத்தையும் அறிவுறுத்துவதாகவும் உள்ளதை நாம் அறியலாம். மேலும் கள்ளப்போதகர்களின் கெட்ட நடக்கைகளை அநேகர் பின்பற்றுவார்கள் என்றும் அவர்கள் நிமித்தமாய் சத்திய மார்க்கம் தூஷிக்கப்படும் (அவமதிக்கப்படும்) என்றும் பேதுரு கூறுகிறார் (2பேதுரு 2:2).

கி.பி. 64-65 காலத்தில் அவர் தலைகீழாக சிலுவையில் அறையப்பட்டதாக ஒரு வரலாற்று செய்தியுண்டு. இந்தக் காலக்கட்டத்தில் இந்த நிருபத்தை அவர் எழுதியிருக்கக் கூடும் என்பது ஆய்வாளரின் கருத்து (2போதுரு 1:13). சின்ன ஆசியா அல்லது அனத்தோலியா என்றழைக்கப்பட்ட தேசத்தில் உள்ள திருச்சபைக்கு பேதுரு இக்கடிதத்தை எழுதியதாகவும் நம்பப்படுகிறது.

முதலாம் நிருபத்திற்கும் இரண்டாம் நிருபத்திற்கும் உள்ள வித்தியாசத்தை இவ்விதமாக நாம் அறிய முடிகிறது. முதலாம் நிருபம் அவரது காலத்தில் கிறித்தவர்கள் உலகத்தில் அடையும் உபத்திரவத்தை மேற்கொள்ளும் பெலத்தைக் குறித்தும் இரண்டாம் நிருபமோ இனி திருச்சபைகளுக்குள் எதிர்கொள்ளவிருக்கும் எதிர்ப்புகளின் எச்சரிப்பைக் குறித்தும் எழுதப்பட்டது. இந்நிருபத்தில் அறிவு சம்பந்தப்பட்ட சொற்கள் பதிமூன்று முறை பயன்படுத்தப்பட்டுள்ளதாக சொல்லப்படுகிறது. புதிய ஏற்பாட்டின் பொதுவான நிருபங்கிளில் பேதுரு எழுதிய இந்நிருபம் மூன்றாவது நிருபமாகக் கருதப்படுகிறது.

யூதா எழுதின பொதுவான நிருபமும், பெதுருவின் இரண்டாம் நிருபமும் ஒன்றுபோலத் தோன்றும். யூதவிசுவாசிகளுக்கும் பிறஇனத்தவருக்கும் எழுதப்பட்ட இந்த இரண்டாம் நிருபத்தில் இரண்டு முக்கிய வசனங்களாக நாம் அறிய வேண்டியவை எவை?

2 பேதுரு 3:9 God is not slow

கடவுள் வரத் தாமதிக்காமல் பொறுமையுள்ளவராயிருக்கிறார்.
2 பேதுரு 3:18 You should only grow
கடவுளின் கிருபையினால் அவரை அறிகிற அறிவில் வளருங்கள்.

பேதுருவின் இரண்டாம் நிருபத்தை இவ்விதமாய் பிரிக்கலாம் என்பது அநேக வேத ஆராய்ச்சியாளர்களின் கருத்து:

நினைவுபடுத்த:

2பேதுரு 1:12-13 நித்திய ராஜ்யத்தின் பிரவேசத்தைப் பற்றி நீங்கள் அறிந்தும், சத்தியத்தில் உறுதிப்பட்டிருந்தும், சீக்கிரத்தில் மரித்துவிடுவேன் என்று அறிந்திருந்தும் அசதியாயிராமல் எப்பொழுதும் நினைப்பூட்டுவேன்.

பதிவு செய்ய:

2பேதுரு 1:14-15 நான் சென்று போனபின்பும் இவற்றை நீங்கள் எப்பொழுதும் நினைத்துக்கொள்ள ஏதுவுண்டாக பிரயத்தனம்பண்ணுவேன் (முயல்வேன்).

முக்கியத்துவப்படுத்த:

2பேதுரு 1:20-21 தீர்க்கதரிசனங்கள் சுயதோற்றப் பொருளல்ல, மனித சித்தத்தினால் உண்டாகவில்லை என்றும் பரிசுத்த ஆவியினால் ஏவப்பட்டுப் பேசப்பட்டதை முந்தி நீங்கள் அறியவேண்டியுள்ளது.

- **கடவுளின் பங்கு** God's part
- 2 பேதுரு 1:3-4 மகிமை காருண்யம்
- **ஆசீர்வாதம்** Blessings
- 2 பேதுரு 1:1-2 கிருபையும் சமாதானமும்

கிறிஸ்துவை அறிகிற அறிவினாலே கிருபையும் சமாதானமும் பெருகும்படி செய்வார். மகிமையினாலும் காருண்யத்தினாலும் அழைப்பார். அழைத்தவரை அறிகிற அறிவினாலே ஜீவனுக்கும் தேவபக்திக்கும் வேண்டிய

யாவற்றையும் திவ்ய வல்லமையினால் தந்தருளுவார். இச்சையினால் உலகத்தில் உண்டாகும் கேட்டுக்குத் தப்புவிப்பார். நம்மைத் திவ்ய சுபாவத்துக்கு பங்குள்ளவர்களாக்குவார். மகா மேன்மையும் அருமையுமான வாக்குத்தத்தங்களை அவைகளினாலே அருளுவார்.

- **நமது பங்கு** Our Part
- 2 பேதுரு 1:5-10 ஜாக்கிரதையுள்ளவர்களாக

அதிக ஜாக்கிரதையுள்ளவர்களாக (எச்சரிக்கை உள்ளவர்களாக) இருக்க வேண்டும். விசுவாசத்தோடே தைரியம், தைரியத்தோடே ஞானம், ஞானத்தோடே இச்சையடக்கம், இச்சையடக்கத்தோடே பொறுமை, பொறுமையோடே தேவபக்தி, தேவபக்தியோடே சகோதரசிநேகம், சகோதரசிநேகத்தோடே அன்பைக் கூட்டி வழங்க வேண்டும். இவை நமக்கு உண்டாயிருந்து பெருக்கிக் கொண்டு, வீணரும் கனியற்றவருமாய் இருக்கக் கூடாது. முன்செய்த பாவங்களற நாம் சுத்திகரிக்கப்பட்டதை மறந்து கண்செருகிப்போய் குருடாகிவிடக்கூடாது. நமது அழைப்பையும் தெரிந்துகொள்ளுதலையும் உறுதியாக்கும்படி ஜாக்கிரதையாயிருக்க வேண்டும்.

- **மீண்டும் கடவுளின் பங்கு** Again God's part
- 2 பேதுரு 1:9-11 கர்த்தரும் இரட்சகருமான இயேசு கிறிஸ்துவினுடைய நித்திய ராஜ்யம் வழங்கப்படும்.

2 பேதுரு 1:11 மேற்சொன்னவிதமாய் கிறிஸ்துவினுடைய நித்திய ராஜ்யத்துக்கு உட்படும் பிரவேசம் பரிபூரணமாய் நமக்கு அளிக்கப்படும்.

"Jesus promised to come but he won't. Our ancestors have since died, but where is Jesus? The world still goes on as it did from its beginning." (2Peter **2 பேதுரு 3:4).**

The Lord is Not Slow கர்த்தர் தமது வருகையைத் தாமதிக்கவில்லை

You Ought to Be Holy நாம் பரிசுத்தமாய் இருத்தல் வேண்டும்
You Must Be On Guard நாம் கவனத்துடன் இருக்க வேண்டும்

ஜலத்திலிருந்து (நீரிலிருந்து) நெருப்பு வரைக்கும் மக்கள் தங்கள் பரிசுத்தத்திலிருந்து விழுந்து போனார்கள். ஆகையால் இன்னும் இருக்கிற குறைந்த காலத்தில் கர்த்தரின் வருகைக்குக் காத்திருந்து அவரது கிருபை மற்றும் அவரை அறிகிற அறிவில் வளர்ந்து எச்சரிக்கையாக இருக்கும்படி வலியுறுத்துகிறார்.

2பேதுரு 3:5-6 பூர்வகாலத்தில் கடவுளின் வார்த்தையினால் வானங்களும், ஜலத்தினின்று தோன்றி ஜலத்தினாலே நிலை கொண்டிருக்கிற பூமியும் உண்டாயின என்பதையும், அப்பொழுது இருந்த உலகம் ஜலப்பிரளயத்தினாலே (ஊழிப் பெருவெள்ளத்தினாலே) அழிந்ததென்பதையும் மனதார அறியாமலிருக்கிறார்கள்.

2பேதுரு 3:8 சங்கீதம் 90:4 கர்த்தருக்கு ஒரு நாள் ஆயிரம் வருஷம் (ஆண்டுகள்) போலவும், ஆயிரம் வருஷம் ஒரு நாள் போலவும் இருக்கிறதென்கிற இந்த ஒரு காரியத்தை நீங்கள் அறியாதிருக்க வேண்டாம்.

இந்த வருடம் 2024 என்று கணக்கிட்டால் அவர் சென்று இரண்டு நாட்களே ஆகியுள்ளன என்றும் பொருள் கொள்ள முடியும் அல்லவா?

கிறிஸ்து வருகையில் என்ன நடக்கும்?

2பேதுரு 3:10-13

கர்த்தருடைய நாள் இரவிலே திருடன் வருகிற விதமாய் வரும். அந்த நாளிலே வானங்கள் வெந்து அழிந்து பூதங்கள் எரிந்து உருகிப்போம். அவருடைய வாக்குத்தத்தத்தின்படியே நீதி வாசமாயிருக்கும். புதிய வானங்களும் புதிய பூமியும் உண்டாகும். மத்தேயு 24:29-30

2 பேதுரு 3:9 தாமதிக்கிறார் என்று சிலர் எண்ணுகிறபடி, கர்த்தர் தமது வாக்குத்தத்தத்தைக் குறித்துத் தாமதமாயிராமல் ஒருவரும் கெட்டுப் போகாமல் எல்லாரும் மனம் திரும்ப வேண்டுமென்று விரும்பி, நம்மேல் நீடிய பொறுமையுள்ளவராயிருக்கிறார். அதற்கு நாம் என்ன செய்ய வேண்டும்?

- பரிசுத்த நடக்கையும் தேவபக்தியும் உள்ளவர்களாய் இருத்தல் வேண்டும் 2பேதுரு 3:11-14
- பவுலும் இப்படியே எழுதினார் என்பதை உணரவேண்டும் 2பேதுரு 3:15-16
- கர்த்தரின் நாள் சீக்கிரமாய் வரும்படிக்கு மிகுந்த ஆவலுடன் காத்திருக்கவேண்டும் 2பேதுரு 3:12-14
- வஞ்சகத்தில் இழுப்புண்டு விலகி விழாதபடிக்கு எச்சரிக்கையாயிருக்க வேண்டும் 2பேதுரு 3:17

2 பேதுரு 3:18 நம்முடைய கர்த்தரும் இரட்சகருமாகிய இயேசு கிறிஸ்துவின் கிருபையிலும் அவரை அறிகிற அறிவிலும் வளருங்கள். அவருக்கு இப்பொழுதும் என்றென்றைக்கும் மகிமையுண்டாவதாக. Doxology

இரண்டாம் வருகை பற்றி வலியுருத்தும் பேதுரு

- 2 பேதுரு 3:1-2 இரண்டாம் நிருபம் எதற்காக என்பதை மீண்டும் வலியுறுத்தல். அப்போஸ்தலரின் கட்டளைகளையும் நம் உண்மையான மனதுடன் நினைவுகூற வேண்டும்.
- 2பேதுரு 3:3-10 பரியாசக்காரருக்குப் பதில் என்ன?
- 2பேதுரு 3:10-13 என்ன நடக்கும்? வாக்குத்தத்தின்படி புதிய வானம் புதிய பூமி உருவாகும்.
- 2பேதுரு 3:11-18 காத்திருப்பு அவசியம். உறுதியில் விலகாமல், எச்சரிக்கையாய் வஞ்சகத்தில் விழுந்துவிடாதபடி கிறிஸ்துவின் கிருபையிலும் அவரை அறிகிற அறிவிலும் வளரவேண்டும்.

- 2பேதுரு 3:18 இறைத்துதி கிறிஸ்துவுக்கே என்றென்றைக்கும் மகிமையுண்டாக இருக்கவேண்டும்.

கர்த்தருடைய நாளுக்கான ஏழு நிகழ்வுகளைக் குறித்து வேதம் சொல்லுகிறதென்ன?

1. பரிசுத்தவான்களுக்கான கிறிஸ்துவின் இரகசிய வருகை 1 தெசலோனிக்கேயர் 4:13-18
2. எல்லோரும் காணும்விதமாய் வரும் கிறிஸ்துவின் இரண்டாம் வருகை 2 தெசலோனிக்கேயர் 1:5-10
3. மரித்தோர் அனைவரின் உயிர்த்தெழுதல் அப்போஸ்தலர் 24:15 1 கொரிந்தியர் 15:35-54 யோவான் 5:28-29
4. மனிதகுலத்திற்கு நியாயத்தீர்ப்பு ரோமர் 14:10 2தீமோத்தேயு 4:1 வெளிப்படுத்தல் 20:11-15
5. வானம் அகன்று பூமி வெந்து உருகும் 2 பேதுரு 3:10-13 எபிரேயர் 12:27-29
6. சாத்தானின் அழிவு வெளிப்படுத்தல் 20:7-10 11-15 மத்தேயு 25:41
7. புதிய எருசலேமில் உட்பிரவேசிப்பு வெளிப்படுத்தின விசேஷம் 21:1-7 யோவான் 14:2-3

நாம் எப்படிப்பட்ட பரிசுத்த நடக்கையும் கடவுட்பக்தியும் உள்ளவர்களாய் இருக்க வேண்டும்

2பேதுரு 3:11,14

- கறையற்றவர்களும்
- பிழையில்லாதவர்களுமாய்
- சமாதானத்தோடே
- அவர் சந்நிதியில்
- காணப்படும்படி
- ஜாக்கிரதையாயிருங்கள்
- இதோ சீக்கிரமாய் வருகிறேன் (வெளி 22:20) கிரியைக்கு ஏற்ற பலன் என்னுடன் வருகிறது

"the day of the Lord will come like a thief... the earth and its works will be burned up" (2Peter **3:10).**

திருடன் போல அல்ல திருடன் வருகிற விதமாய். திருடன் கொள்ளை அடிப்பதற்கு எப்படிச் சொல்லாமல் வருவானோ, சமயம் பார்த்து வருவானோ, தூங்கிக் கொண்டிருக்கும் போது வருவானோ, அஜாக்கிரதையாய் இருக்கையில் வருவானோ, அவரும் அப்படியே திருடர்களைப் பிடிக்கத் திருடர் **வருகிற விதமாய்** வருவார்.

புதிய எருசலேம் : மற்றுமொரு மறைபொருள்

புதிய எருசலேம் என்பதற்கு, மற்றுமொரு கர்த்தருடைய ஆவிக்குரிய ராஜ்யம் (அரசு) என்றும் பொருள். அது இன்று உலகம் முழுவதும் பரவியுள்ளது. அதினால் தான் உலகம் எங்கும் திருச்சபைகள். அதோடுகூட கிறிஸ்துவின் உயிர்த்தெழுதலின் வல்லமையும் பரிசுத்த ஆவியானவரின் ஆசீர்வாதமும் உலகமெங்கும் கிரியை செய்து வருகின்றது. கிறிஸ்து இந்த ராஜ்யத்தின் ராஜாவாகவும் பரலோகத்தில் பிரதான ஆசாரியராகவும் அரசாளுகிறார் என்பதே.

இந்தச் சத்தியத்தை அநேகர் அறியாதபடி மனது குருடாகி உள்ளனர் அதிலும் குறிப்பாக எருசலேமிலுள்ள யூதர்கள் இன்னும் பழமையின் பாரம்பரியக் கட்டுக்குள் இருக்கின்றனர். அவர்கள் கிறிஸ்துவின் பலியையும் அவரது சிலுவையையும் புறக்கணித்துவிட்டனர்.
அப்பொழுது தங்களது ஆலய வழிபாடு மட்டுமே முக்கியமானதாய்க் கருதி நாற்பது வருடங்களை கழித்து வந்தபோது, கிபி 70ல் உரோமப் பேரரசு அனைத்தையும் கைப்பற்றி அவர்களது ஆலயத்தையும் சேர்த்து அழித்துப் போட்டது. இதனையே கிறிஸ்து தீர்க்கதரிசனமாக (இறைவாக்கினர்) சொன்னதை நாம் அறிவோம்.

இதன்பின்பு புதிய ஏற்பாட்டின் நூல்கள் முடிக்கப்பட்ட நிலையில் உலகமெங்கும் நற்செய்தி அறிந்த நிலைக்கு வந்தது. பின்பு இஸ்ரவேலருடைய கடவுளின் ராஜ்யமாக இருந்தது, கடவுளின் ராஜ்யமாக உலகமெங்கும் விஸ்தாரமானது. இந்த ராஜ்யத்தில் உள்ளவர்களில் யூதர்கள், புறவினத்தவர் என்கிற பாகுபாடில்லை.

இதனை அரசாளுபவர் இயேசு கிறிஸ்து எனும் பரலோகத்தில் உள்ள பிரதான ஆசாரியர். எருசலேம்

தேவாலயத்தின் எதிர்காலத்தைக் குறித்த அவரது சீஷர்களின் கேள்விக்குக் கிறிஸ்துவின் அறிக்கை எதுவாக இருந்ததோ, அதோடு கூடக் கடைசி காலங்களில் அவரது வருகையைக் குறித்தும் சொன்னவற்றைத் தங்களது நற்செய்தி நூல் மற்றும் நிருபங்களிலும் அவர்கள் எழுதினர்.

மத்தேயு 24:1-3 இரண்டு அழிவுகள்:

கிபி70ல் ஏற்பட்ட அழிவு – கிறிஸ்துவின் இரண்டாம் வருகையில் அழிவு.

முந்தையது பிந்தின அழிவினை வெளிப்படுத்தும் திருஷ்டாந்தம். சோதோமின் அழிவும் லோத்தின் மீட்பும் மாதிரியாய் அறிவிக்கப்பட்டது என்பது குறிப்பிடத்தக்கது.

ஆனால் ஒரு வேறுபாடும் உள்ளது. எருசலேமின் அழிவைக் குறித்து எச்சரிக்கை கொடுக்கப்பட்டது ஆனால் மத்தேயு 24:15-16 இரண்டாம் வருகையின் அழிவைக் குறித்த எந்த எச்சரிக்கையின் அடையாளமும் அதில் கொடுக்கப்படவில்லை மத்தேயு 24:35-36.

கிபி 70ல் ரோம அரசன் தீத்துவினால் ஏற்பட்ட அழிவின் சின்னம் இன்றும் ரோமில் வைக்கப்பட்டு உள்ளது. அந்த நினைவுச் சின்னத்தில் எருசலேம் தேவாலயத்திலிருந்து கொள்ளையடிக்கப்பட்ட பொருட்களின் வடிவங்கள் சித்திரிக்கப்பட்டுள்ளது. இலட்சக்கணக்கான யூத மக்கள் கொடூரமாகக் கொலை செய்யப்பட்ட இந்த அழிவு பாபிலோனிய அழிவைக் காட்டிலும் பெரிதாக இருந்தது என்று சொல்லப்படுகிறது.

மத்தேயு எழுதின செய்திகள் சாதாரணமாக இருந்தாலும் (மத்தேயு 24:29-31) அவைகள் பழைய ஏற்பாட்டின் தீர்க்கதரிசிகள் எழுதின காரியங்களுக்குத் தொடர்புள்ளதாக இருப்பதை நாம் அறியலாம்.

ஏசாயா 13:10 சூரியன் உதிக்கையில் இருண்டுபோம். சந்திரன் ஒளி கொடாதிருக்கும். தானியேல் 7:13 மனுஷகுமாரனுடைய சாயலான ஒருவர் வானத்து மேகங்களுடனே வந்தார். சகரியா 9:14 கர்த்தராகிய

ஆண்டவர் எக்காளம் ஊதி, தென்திசைச் சுழல்காற்றுகளோடு நடந்து வருவார்.

மத்தேயு 24:15-22 கி.பி 70 யூதேயாவின் அழிவு

மத்தேயு 25:31-33 அவை இரண்டாம் வருகைக்கான எச்சரிக்கையல்ல, அது நியாத்தீர்ப்பிற்கான கர்த்தருடைய நாள். 2பேதுரு 3:3-4 1தெசலோனிக்கேயர் 5:1-3

தமது நிலை வாஞ்சை விளக்கும் பேதுரு

2 பேதுரு 1:13-14

- கூடாரத்தை விட்டுப் போவது சீக்கிரத்தில் நேரிடுமென்று அறிந்து
- இயேசு கிறிஸ்து எனக்கு அறிவித்தபடி
- இந்தக் கூடாரத்தில் இருக்குமளவும்
- நினைப்பூட்டி எழுப்பிவிடுவது
- நியாயமென்று எண்ணுகிறேன்
- உங்களுக்கு எப்பொழுதும் நினைப்பூட்ட அசதியாயிரேன் (12)
- நான் சென்று போனபின்பு இவைகளை நீங்கள் எப்பொழுதும்
- நினைத்துக் கொள்ள ஏதுவுண்டாயிருக்கும்படி பிரயத்தனம் பண்ணுவேன் (முயல்வேன்)

பேதுரு 1:16 மருரூபமலையில் அவரது மகிமையைக் கண்ணாரக் கண்டவர்களில் ஒருவர் பேதுரு. குமாரனைக் குறித்துச் சொன்ன பிதாவின் சத்தத்தைக் கேட்டவர்களில் ஒருவர் பேதுரு.

"I think it right for me to stir you up with reminders while I remain in my earthly body; and I know I'm going to lay aside by body soon." (2Peter 1:13-14).

கள்ளத் தீர்க்கதரிசிகளைக் குறித்துப் பேதுரு

2 பேதுரு 2 கள்ளத் தீர்க்கதரிசிகள் எப்படி உலகில் உயர்ந்திருப்பார்கள் என்பதை விளக்குகிறது.

- 1பேதுரு 2:1 கள்ளப் போதகர்கள் வேதப் புரட்டுகளைத் தந்திரமாய் நுழைப்பார்கள்.
- தங்களுக்கு தீவிரமான அழிவை வருவித்துக் கொள்வார்கள்.
- அவர்கள் நிமித்தம் சத்திய வழி தூஷிக்கப்படும்
- அவர்களுடைய கெட்ட நடக்கைகளை அநேகர் பின்பற்றுவார்கள்.
- எபிரேயர் 13:7 யாருடைய நடக்கையைப் பின்பற்ற வேண்டும் என்று உணர்த்தப்படுகிறோம்.
- பொருளாசையினால் தந்திர வார்த்தைகளால் உங்களை ஆதாயமாக வசப்படுத்திக்கொள்வார்கள்.
- 1 தீமோ 6:9 ஆகையால் போதுமென்ற மனதுடன் கூடிய தேவபக்தியில் நாம் இருக்க வேண்டும்.
- பூர்வகாலமுதல் அவர்களுக்கு விதிக்கப்பட்ட ஆக்கினை அயர்ந்திராது.
- 1பேதுரு 2:9 தேவபக்தி யுள்ளவர்களைச் சோதனையின்றி இரட்சிக்கவும் கர்த்தர் அறிந்தவராயிருக்கிறார்.
- அக்கிரமக்காரரை ஆக்கினைக்குள்ளாக (தண்டனைக்குள்) தீர்க்கவும் நியாயத்தீர்ப்பு நாளுக்கு வைக்கவும் அறிந்திருக்கிறார்
- விசேஷமாக (முக்கியமாக) அசுத்த இச்சையோடே கர்த்தத்துவத்தை அசட்டை பண்ணுகிறவர்களை

- பிடிபட்டு அழிக்கப்படுவதற்கு உண்டான புத்தியற்ற மிருக ஜீவன்களைப் (விலங்குகள்) போல அழிப்பார்.
- 2 பேதுரு 1:19-21 தீர்க்கதரிசன வசனம் உண்டு. தீர்க்கதரிசனங்கள் சுயதோற்றப் பொருளை உடையதல்ல. மனுஷனால் உண்டாகாமல் பரிசுத்தாவியால் ஏவப்பட்டது.
- கள்ளத் தீர்க்கதரிசிகளின் மேற்கொள்ளல்
- 2 பேதுரு 2:1-3 உங்களுக்குள்ளும் கள்ளப்போதகர்கள் இருப்பார்கள்
- கள்ளத் தீர்க்கதரிசிகளின் அழிவு

- 2 பேதுரு 2:3-9 அக்கிரமக்காரர் ஆக்கினைக்குள்ளாக நியாயத்தீர்ப்பு நாள் உண்டு
- கள்ளத் தீர்க்கதரிசிகளின் தீய நடக்கைகள்
- 2 பேதுரு 2:10-18 துணிகரக்காரர் அகங்காரிகள் மகத்துவங்களை தூஷிப்பவர்களுக்கு காரிருள்
- கள்ளத் தீர்க்கதரிசிகள் தள்ளப்படுவது
- 2 பேதுரு 2:19-22 அவர்களுடைய பின்னிலைமை முன்னிலைமையிலும் கேடுள்ளது

கள்ளத்தீர்க்கதரிசிகளின் அழிவு குறித்து பேதுரு

2பேதுரு 2:3-9

- 2:3 அவர்களின் அழிவு உறங்காது
- அதற்கான எடுத்துக்காட்டுகளாகப் பேதுரு சொல்லுகிற செய்திகள்
- 2:4 பாவம் செய்த தூதர்களை அந்தகாரச் சங்கிலிகளினாலே கட்டி நரகத்திலே தள்ளி நியாயத் தீர்ப்புக்காக
- அவர்களோடு பூர்வ உலகத்தையும் தப்ப விடாமல் எட்டுப்பேரை மட்டும் காத்து
- சோதாம் கொமோரா பட்டணங்களை சாம்பலாக்கி லோத்தை மட்டும் காப்பாற்றி
- இறைபக்தியுள்ளவர்களைச் சோதனையினின்று இரட்சிக்கவும் அக்கிரமக்காரரை ஆக்கினைக்காக (தண்டனை) நியாயத்தீர்ப்பு நாளுக்கு வைக்கவும் அறிந்திருக்கிறார்
- 2:15 பிலேயாமைப் பின்பற்றின இவர்கள்
- 2:17 தண்ணீரில்லாத கிணறுகள், சுழல்காற்றில் அடியுண்டோடுகிற மேகங்கள் போல இருக்க, என்றென்றைக்கும் காரிருளே இவர்களுக்கு வைக்கப்பட்டுள்ளது
- 2:18-20 அசுத்தங்களுக்குத் தப்பினவர்கள் மறுபடியும் அதில் சிக்கினால் பின்னிலமை முன்னிலமையிலும் கேடுள்ளதாயிருக்கும்
- 2:21-22 சத்தியமறியாத பாவிகளைக் காட்டிலும் பின்மாறிப்போனவர்கள் நாய்க்கும் பன்றிக்கும் ஒப்புமையான பழமொழிக்கு ஒத்திருப்பதாக சொல்கிறார்.

ஏன் இந்த எச்சரிக்கையும் அறிவிப்புகளும்?

யாக்கோபு 5:19-20 ஒருவன் சத்தியத்தை விட்டு விலகி மோசம் போகும் போது மற்றொருவன் அவனைத் திருப்பினால், தப்பிப்போன மார்க்கத்தினின்று பாவியைத் திருப்புகிறவன் ஓர் ஆத்துமாவை மரணத்தினின்று இரட்சித்து திரளான பாவங்களை மூடுவானென்று அறியக்கடவன்.

எபிரேயர் 10:26-31 சத்தியத்தை அறியும் அறிவை அடைந்த பின்பு நாம் மனப்பூர்வமாய் பாவம் செய்கிறவர்களாயிருந்தால், அந்தப் பாவங்களினிமித்தம் செலுத்தத்தக்க வேறொரு பலி இல்லையென்பதால் நியாயத் தீர்ப்பு வருமென்று பயத்தோடே எதிர்பார்க்குதலும், விரோதிகளைப் (கர்த்தருக்கு) பட்சிக்கும் கோபாக்கினையுமே இருக்கும்.

எபிரேயர் 10:27 வருகிறவர் இன்னுங் கொஞ்சக் காலத்தில் வருவார் தாமதம் பண்ணார்.

மத்தேயு 24:33-34 இவைகளெல்லாம்

24:4-14 ஏழு அடையாளங்கள் சொல்லப்படுகின்றன.

24:27-31 24:35-37 இத்திருமொழிகளில் உள்ளவை அடையாளங்கள் அல்ல. நேரடியாக அழிவைக் குறித்துச் சொல்லப்பட்டவை. கடைசிக் காலங்களைக் காண்கிறதினால் அவை சமீபமாய் உள்ளது என்று சொல்லக் கூடாது. அவைகள் சமீபம் (அண்மை) அல்ல வந்துவிட்டது என்றும் அர்த்தம்.

ஏனென்றால் கர்த்தர் கோடிட்டுக் காட்டிய முக்கியமான ஒரு செய்தியை நாம் உணர்ந்தே ஆகவேண்டும். மத்தேயு 24:7 யுத்தங்களையும் யுத்தங்களின் (போரின்) செய்திகளையும் கேள்விப்படுவீர்கள். இன்றுள்ள காலத்தில் ஊடகம், வலைதளங்கள், செய்தித்தொடர்பு சாதனங்களின் ஆளுமைப் பற்றிய தீர்க்கதரிசனமான வார்த்தைகளாக இந்த வசனம் தென்படவில்லையா?

யுத்தங்கள் காலகாலமாய் நடந்தேறி வந்தன ஆனாலும் எல்லா மக்களுக்கும் அது சென்று சேராது இருந்தது. ஆனால் இன்று உலகின் எந்த மூலையில் என்ன நடந்தாலும் அது அடுத்த நொடிப்பொழுதில் நம்மை வந்து சேர்கிறதல்லவா? யுத்தங்களின் செய்திகளை உடனுக்குடன் கேள்விப்படும் நாட்களில் நாம் இருக்கிறோம். ஆகையால் கர்த்தரின் வருகை சமீபமம் (அருகில்) மட்டுமல்ல, வந்தும்விட்டது என்பதே சரியான புரிதலாகும்.

ஏழு அடையாளங்கள் The seven signs

- கள்ளத் தீர்க்கதரிசிகள் False prophets மத் 24:4-5 லூக் 21:8 மாற்கு 13:5-
- யுத்தம் Wars and rumours of wars மத் 24:6 லூக் 21:9-10 மாற்கு 13:
- பஞ்சமும் பூமியதிர்ச்சிகள் Famines and earthquakes மத் 24:7 லூக் 21:11 மாற்கு 13:8
- உபத்திரவம் Persecution மத் 24:8-9 லூக் 21:12-19 மாற்கு 13:9-13
- அன்பு தணிந்துபோம் Apostasy மத் 24:10-13
- உலகமெங்கும் சுவிசேஷம் World evangelism மத் 24:14 மாற்கு 13:10
- பாழாக்குகிற அருவருப்பு Abomination of desolation மத் 24:15 லூக் 21:20 மாற்கு 13:14

இவை எருசலேமின் அழிவிற்குப் பின்பாக நடைபெறும் நிகழ்ச்சி என்று நம்பப் படுகிறது. கடைசி இரண்டுமே முக்கியமான அடையாளங்கள். மற்றவை முடிவைக் குறித்ததல்ல.

நம் விசுவாசம் கடவுளின் வார்த்தையில் உள்ளது

- யோவான் 20:3-31 கல்லறையிடம் ஒருமித்து ஓடிய இருவர் பேதுரு யோவான்
- கிறிஸ்துவின் பரமேறுதலுக்கு முன் ஐந்நூறுக்கும் அதிகமானவர்கள் கண்டார்கள். ஆனால்

பவுலடிகளார் குறிப்பிடுகிறார் 1கொரிந்தியர் 15:3-6 முதலில் கேபாவாகிய பேதுருவுக்குத் தரிசனமானார் என்று.

- 2 பேதுரு 1:16-21 1யோவான் 1:1-4
- நேரில் கண்ட சாட்சிகளைப் பேதுருவும் யோவானும் அடுத்தடுத்து அறிவிக்கிறார்கள்.
- ஏசாயா 65:17 புதிய வானம் புதிய பூமி. ஆனால் முந்தினவைகள் நினைக்கப்படுவதில்லை.
- முந்தினவைகள் என்ன? ஏசாயா 42:5 படைப்புகளும் அவற்றில் நடமாடுகிறவர்களுக்கு ஆவியும் பெறப்பட்டது.
- மனதில் ஏன் தோன்றாது ஏசாயா 13:13
- ஏசாயா 66:22-24 மாதந்தோறும் ஓய்வுநாள் தோறும் மாம்சமான யாவரும் என்னைத் தொழுது கொள்வார்கள்.
- வெளிப்படுத்தல் 21:1-8 ஜெயங்கொள்ளுகிறவன் எல்லாவற்றையும் சுதந்தரித்துக்கொள்வான்.
- 2 பேதுரு 3:7-13 பேதுரு அங்கீகரித்த தீர்க்கதரிசனம்
- ஏசாயா 34:4 வானங்கள் புஸ்தகச்சுருள் போல் சுருட்டப்பட்டு உதிர்ந்து விழும்.

எச்சரிக்கைகள் Warnings

- மத் 24:16-20 லூக்கா 17:31-36 21:21-23 மாற்கு 13:14-18
- மத் 24:21-22 லூக்கா 17:31-36 21:23-24 மாற்கு 13:19-20
- மத் 24:23-28 லூக்கா 17:22-23 மாற்கு 13:21-23
- மத் 24:29-31 லூக்கா 21:25-27 மாற்கு 13:24-27
- முதல் இரண்டு எச்சரிக்கைகள் குறிப்பாய் எருசலேமின் அழிவிற்காகச் சொல்லப்பட்டவை
- மற்ற இரண்டுமே பின் வரும் காலங்களுக்காகவும் இன்றைய மட்டும் உள்ளதாகும்.

மத்தேயு 24:32-33 லூக் 21:29-31 மாற்கு 13:28-29
அத்திமரத்தின் பாடம்
மத்தேயு 24:34-36 லூக் 21:32-33 மாற்கு 13:20-32
இவை சம்பவிக்கும் (நடைபெறுவதற்கு) முன்னே

மத்தேயு 24:37-42 லூக் 17:27-30 பெருவெள்ளத்தின் பாடம்
மத்தேயு 24:43-44 திருடனின் பாடம்
மத்தேயு 24:45-51 மாற்கு 13:33-37 வேலைக்காரனின் பாடம்

எபிரேயர் 9:27-28

1யோவான் 3:2-3 இப்பொழுது தேவனுடைய பிள்ளைகளாயிருக்கிறோம். இனி எவ்விதமாயிருப்போமென்று இன்னும் வெளிப்படவில்லை. ஆகிலும் அவர் வெளிப்படும்போது அவர் இருக்கிறவண்ணமாகவே நாம் அவரைத் தரிசிப்பதினால் அவருக்கு ஒப்பாயிருப்போமென்று அறிந்திருக்கிறோம்.

- இந்த நம்பிக்கை கொண்டவன் தன்னை சுத்திகரித்துக் (தூய்மைப்படுத்தி) கொள்கிறான்
- காணப்போவதை விசுவாசிப்பதல்ல விசுவாசிப்பதைக் காணப்போகிறோம்
- வெளிப்படுத்தல் 1:7
- மேகங்களுடன் வருகிறார். கண்கள் யாவும் அவரைக் காணும். அவரைக் குத்தினவர்களும் அவரைக் காண்பார்கள்.
- பூமியின் கோத்திரம் எல்லாரும் அவரைப் பார்த்துப் புலம்புவார்கள். அப்படியே ஆகும். ஆமென்.
- விசுவாசிப்பதினால் இழந்து போவது எதுவும் இல்லை

1பேதுரு 1:3-9

- கடைசிக் காலத்தில் வெளிப்பட ஆயத்தமாக்கப்பட்டிருக்கிற இரட்சிப்புக்கு (மீட்பிற்கு) ஏதுவாக விசுவாசத்தைக் கொண்டு தேவனுடைய பலத்தினால் காக்கப்பட்டிருக்கிற உங்களுக்கு அந்தச் சுதந்தரம் பரலோகத்தில் வைக்கப்பட்டிருக்கிறது.
- 2தெசலோனிக்கேயர் 1:7-10 தேவனை அறியாதவர்களுக்கும்

- கிறிஸ்துவின் சுவிசேஷத்துக்கு (நற்செய்திக்கு) கீழ்ப்படியாதவர்களுக்கும் நித்திய அழிவு.

வீடு கட்டும்போது, முதலில் வாசற்படி அதற்குப்பின் நடை, பின்பு கூடம், அதற்குப்பின் முற்றம் அதன்பிறகு வெளி. இதுவே அந்தக் காலத்து sketch plan. முதலில் படி, நடை, கூடம், முற்றம், வெளி. மோட்சத்திற்கு செல்ல வேண்டும் என்றாலும், நல்ல விஷயங்களைப் படி, அதன்படி நட, அப்பொழுது எல்லா நன்மைகளும் வந்து கூடும். முற்றும் தெரிந்துவிட்டால், நீ வெளி இடத்திற்குப் போய்விடலாம். (அருள்பிரகாஷ், சின்னச் சின்ன வெளிச்சம்).

நித்திய வாழ்விற்கான திட்டம் நமக்குள் எவ்விதம் உள்ளது? நமது ஆயத்தம் எப்படி உள்ளது. என் வாழ்வின் கட்டமைப்பு எவ்விதமாக அமைக்கப்பட்டுள்ளது?

எது என் படகு?

><}}}}*> 00000 <*{{{{><

15. எது என் படகு? – முடிவுரை

அருட்பணியே என் படகு. கடவுளுக்குப் பிடித்தமான ஒரு படகு. சீடர்களிலேயே பதினோருபேர் படகில் அமர்ந்திருந்து வேடிக்கைப் பார்த்தபோது பேதுரு மட்டுமே படகைவிட்டு இறங்கிக் கடலின் மேல் நடக்க முற்பட்டார், நடந்தார். படகை விட்டு இறங்கவும் வேண்டும். பேதுரு இறங்கி வந்தார். கடலில் நடந்தார்.

மத்தேயு 14:32-33 இயேசுவும் பேதுருவும் படவில் ஏறினவுடனே காற்று அமர்ந்தது. அப்பொழுது மற்ற சீஷர்கள் வந்து அவரைப் பணிந்துகொண்டார்கள் என்று வேதம் சொல்கிறது. worshippers stay in the boat, but walkers step out of the boat to walk on the sea. கடவுள் தம்மைப்போல மாற நினைப்பவர்களையும், தம்மைப்போல கடலிலும் நடக்கத் துணிந்து, விசுவாசித்துத் தம் படகைவிட்டு இறங்கி வருகிறவர்களை நிச்சயமாக ஊக்குவிப்பார். அவர்கள் மூழ்கிச் சரிந்தாலும் கைநீட்டித் தூக்கி அழைத்துச் செல்வார்.

திருப்பணி என்றால் என்ன? அருட்பணி என்றால் என்ன? இரண்டிற்கும் பெரிய வேறுபாடு இல்லாவிடினும் இரண்டிற்கும் உள்ள தொடக்கம் செயலாக்கம் இவற்றில் வேற்றுமைகள் உண்டு என்பதை நாம் உணர்ந்தே ஆகவேண்டும்.

திருப்பணி நான் தெரிவு செய்வது. அருட்பணி அழைப்பில் ஒப்புக்கொடுப்பது. எனக்குப் பிடித்ததை இறைவனுக்காகச் செய்வது திருப்பணி. எனக்கு அருளியதை இறைவனுக்காகச் செய்வது அருட்பணி. திரு என்றால் கடவுள். அருள் என்றால் கடவுளிடமிருந்து பெறுவது. திருப்பணி என் தகுதிக்கு ஏற்ற விதமாய் அர்ப்பணிப்பது. அருட்பணி என்னைத் கடவுள்தான் தகுதிப்படுத்துவார் என்று அடிபணிவது. திருப்பணி எனக்குத் திருப்தி தரும். அருட்பணி கடவுளால் நான் திருப்தியடைவது. திருப்பணி நான் என்ன செய்வது என்று என்னையே கேட்டு முடிவெடுப்பது. அருட்பணி நான் என்ன செய்யவேண்டும்

என்று கடவுளிடம் அர்ப்பணிப்பது. திருப்பணிக்கு ஓய்வுண்டு. அருட்பணிக்கு ஓய்வில்லை.

1கொரிந்தியர் 1:21 யோவான் 13:16

திருச்சபை என்பதன் கிரேக்க பதம் "எக்ளேசியா" (Eklaysia) "Ek" என்றால் "வெளியே" "Laysia" என்றால் அழைக்கப்பட்டவர்கள். திருச்சபை என்பது கடவுளின் பணியாற்ற வெளியே அழைக்கப்பட்டவர்கள். A called out community.

The mark of a great church is not its seating capacity, but its sending capacity – Mike Stachura

அருட்பணி என்பது திருச்சபைக்கு வெளியேயும் குறிப்பாகச் சமுதாயத்திற்குள்ளும் செல்ல வேண்டும். திருச்சபை தெருச்சபையாக மாறவேண்டும். அப்போது அருட்பணி மனுக்குலத்திற்கு சேவை செய்யும்விதமாகப் பயன்படும்.

அருட்பணி மனுக்குலத்திற்கு பயன்படும் வகையில் அமையவேண்டுமானால் நாம் மூன்று விழுமியங்களைக் கருத்தில் கொள்ளவேண்டும். பங்கேற்பு, பரிசோதிப்பு, பங்களிப்பு.

1. திருப்பணி / அருட்பணியில் முதன்மையாய்ப் பங்கேற்பு
2. திருப்பணி / அருட்பணியில் முழுகிடப் பரிசோதிப்பு
3. திருப்பணி / அருட்பணியில் முழுமையாய்ப் பங்களிப்பு

முதன்மையாய்ப் பங்கேற்பு

திருப்பணி / அருட்பணி என்பதை நாம் ஏதோ நற்செய்தி சொல்வது மட்டுமே என்ற எண்ணத்தடனும் செயலுடனும் கூட வாழ்ந்து கொண்டிருக்கிறோம். 'டிராக்ட்ஸ்' (கைப்பிரதி) கொடுப்பது, தெருப்பிரசங்கம் செய்வது, போதிப்பது, சாட்சி சொல்வது, முழு நேரத்தையும் செலவிடுவது என்று பல கருத்துகளுடன் இருக்கும்போது அருட்பணி மனுக்குலத்திற்குச் சேவை செய்யப் பயன்படும்

விதத்தில் அமையாது. இயேசு கிறிஸ்துவின் திருப்பணியில் அவர் செய்த அற்புதங்கள் அனைத்துமே மனுக்குலத்திற்கு சேவை செய்யும்விதமாகவே அமைந்திருப்பதை நாம் வேதத்தில் பலஇடங்களில் பாாக்கிறோம். அற்புதங்களைச் செய்த ஆண்டவர் ஒருவரையும் தன்னைப் பின்பற்றும்படி வற்புறுத்தவில்லை. அவர்களாகவே பின்சென்றார்கள் என்று வேதத்தில் வாசிக்கிறோம்.

அப்படி நாமும் நமது அருட்பணியின் மூலமாக அவர்களை கிறிஸ்துவுக்குள்ளாக அழைக்கமுடியும். சமூக சேவையை வலியுறுத்தும் வகையில் இயேசுகிறிஸ்து செய்த அற்புதங்களில் முதன்மையைக் கடைபிடித்தார். ஆண்டவர் ஆராதனை முடியும்வரை காத்திராமல் அந்நாளில் நன்மை செய்வதே பிதாவிற்கு விருப்பமான ஆராதனையாக இருக்கும் என்று துணிந்து ஓய்வுநாளில் கைசூம்பிய ஒருவனைக் குணமாக்கினார். **மத்தேயு 12:9-14** அவர் பலரை பலமுறை ஓய்வுநாளில் குணப்படுத்தியுள்ளார். லூக்கா 13:10-17 லூக்கா 14:1-6 யோவான் 5:1-17

அதற்கு நாம் முதலில் திருப்பணிகளில் பங்கேற்கவேண்டும். எத்தனையோ சமயங்களில் பள்ளிகளில், கல்லூரிகளில், அலுவலகங்களில் பலவிதமான போட்டிகளில் பங்கேற்க முதலில் நமது பெயரைச் சேர்த்துவிட பெயர்ப் பட்டியலில் கொடுத்துவிடுகிறோம். ஆனால் திருப்பணி என்று வரும்போது பலவிதமான தயக்கங்கள், சாக்குபோக்குகள் சொல்லிப் பின்வாங்கிப் போகிறவர்களாக இருக்கிறோம். நமது தகுதியினை நாமே குறைத்து மதிப்பிட்டுக் கொள்கிறோம்.

மோசே கர்த்தரிடம் தனது பலவீனத்தைச் சொன்னபோது ஆண்டவர் ஏற்றுக்கொண்டாரா? இல்லை திக்கு வாயைக் குணப்படுத்தினாரா? அதுவும் இல்லை. அங்கே மோசேயை அந்தக் குறையோடுதான் திருப்பணிக்கு அனுப்பினார். திருப்பணிக்கு முதன்மையாய்ப் பங்கேற்க வேண்டுமானால் கீழ்ப்படிதலும் அவசியமாகிறது. அருட்பணிக்குத் திருப்பணியும் வழிவாசலாக அமைவதுண்டு.

அதுமட்டுமல்ல, ஆண்டவர் முதற் பலன்களைத்தான் எதிர்பார்க்கிறார் என்று வேதத்திலே வாசித்திருக்கிறோம். காய்கறி வாங்கிவரப் போகும்போது கடைசியாக எதை வாங்குவோம்? தக்காளியைத் தானே? ஏன்? பையிலோ கூடையிலோ வைத்தால் அது நசுங்கிவிடும் என்ற பயத்தினால். ஆனால் திருப்பணி என்று வரும்போது நல்ல வயதானபின்பே பங்கேற்கும் மனப்போக்கிலிருக்கிறோம். நாம் முதன்மையாய்ப் பங்கேற்கவேண்டும்.

உடலால் மனத்தால் இந்த சமுதாயத்தில் நம் உடன் மனிதர்கள் காயப்பட்டிருக்கிறார்கள். அவர்களை அணுகி உதவுவதும் திருப்பணிதான்.

இராமேஸ்வரத்திற்கு மிஷன் டிரிப்பிற்காக (ஊழியத்திற்காக) சென்றிருந்தேன். அங்குத் தன் வாழ்க்கையைத் தங்கச்சி மடம் என்னும் கடலோரப் பகுதியில் திருப்பணிக்காக அர்ப்பணித்து கொண்டிருக்கும் டாக்டர் மல்லிகா சிதம்பரம் அவர்களைச் சந்தித்தேன். அவர் ஊழியத்திற்கு முதன் முதலாகச் சென்றபோது கைப்பிரதிகளை நோயாளிகளுக்கு நேரிடையாக கொடுக்காமல் தாம் எழுதித்தரும் மருந்துச் சீட்டாக உபயோகப்படுத்தியதாக சாட்சி சொன்னார்.

அப்படியே திருப்பணி அருட்பணியாகவும் மாறுவதோடு, மனுக்குல சேவையாக மாறவேண்டுமானால், நாம் அதில் முதன்மையாக பங்கேற்கவேண்டும். வாய்ப்புகளை பயன்படுத்திக் கொள்ளவும் வேண்டும். வெறும் கைப்பிரதியாய்க் கொடுப்பது மதமாற்றம் என்ற பெயரை வாங்கிக்கொடுக்கும். கைப்பிரதியின் பின்புறம் மருந்தெழுதிக் கொடுக்கும்போது அருட்பணியின் அந்தஸ்தை அது தானாகப் பெற்றிடும்.

முழுகிடப் பரிசோதிப்பு

திருப்பணியில் நாம் மூழ்கிட வேண்டுமானால் நம்மை நாமே பரிசோதித்துப் பார்க்கும்படியான கட்டாயத்திலிருக்கிறோம். நமக்கு முதலில் தேவை முழுமையான மனமாற்றம். திருப்பணி / அருட்பணி மனுக்குலத்திற்கான சேவையாக இருக்க நாம் நம்மைத் தகுதிப்படுத்திக்கொள்ள வேண்டும். ஊருக்கு உபதேசமாக

இல்லாமல் நாம் அதனைக் கடைப்பிடிக்கிறவர்களாக இருக்க வேண்டும். நம்மிடையே மனமாற்றம் பெறாமல் பிறரது மனமாற்றத்தை மட்டும் எதிர்பார்ப்பது கிறிஸ்தவப் போதனைக்கு எதிரானதாகும். திருப்பணியில் மனிதனின் சுயபெருமைக்குச் சிறிதும் இடமில்லை ஏனென்றால் மனிதனின் பலவீனத்தில்தான் கடவுளின் வல்லமை அதிகமாய் விளங்குகிறது. 1கொரிந்தியர் 1:18-31

பெருமை, வகுப்புவாதம், அடுத்தவரை அவமதித்தல், பாரம்பரியப் பெருமை, ஏற்றத்தாழ்வு, தீண்டாமை, பிறர் திறமைகளைக் குறைத்து மதிப்பிடுதல் போன்ற செயல்களிலிருந்து நாமே மீட்பைப் பெறாமல் இருந்தால் திருப்பணிக்குச் செல்ல தகுதியற்றவர்களாகி விடுவோம். ஒவ்வொரு நாளும் நம்மை நாமே பரிசோதித்துக் கொள்ளவேண்டிய நிர்பந்தத்திலும் அவசியத்திலும் நாம் இருக்கிறோம்.

பரிசோதிப்பது என்றால் நம்மை நாமே எப்படிச் செய்துகொள்ள முடியும்? நமக்கு வாழ்வில் ஏற்படும் சூழ்நிலைகள் அந்த நல்ல வாய்ப்பினைக் கொடுத்துக்கொண்டே இருக்கும். பாஸ் பண்ணிவிட்டேன் என்று எப்போது சொல்கிறோம்? பரீட்சை எழுதின பின்புதானே?

ஓர் ஊழியக்காரர் பேருந்தில் பயணிக்கும்போது டிக்கெட் வாங்கினார். அப்போது மீதிச் சில்லரை கொடுக்கும்போது கண்டக்டர் ஐந்து ரூபாய் அதிகமாகக் கொடுத்துவிட்டார். ஊழியக்காரருக்கு மனதில் ஒரு சின்ன போராட்டம். அதைத் திருப்பிக் கொடுக்கலாமா வேண்டாமா என்று. ஒரு சிறிய சோதனைக்குப்பின் தான் செய்வது தவறு என்று உணர்ந்து அதிகமாய்ப் பெற்ற காசை நடத்துனரிடம் (கண்டக்டரிடம்) திருப்பிக் கொடுத்தார். அப்போது கண்டக்டர் ஊழியரிடம் சொன்னாராம், “ஐயா நீங்க கிறித்தவர் என்றும் ஊழியம் செய்பவர் என்றும் எனக்குத் தெரியும். என்னிடம் கிறித்தவ நண்பர் ஒருவர் சொன்னார், கிறித்தவர்கள் அதுவும் ஊழியத்தில் உள்ளவர்கள் சிறிய செயல்களிலும் மிகவும் உண்மையும் உத்தமுமாய் இருப்பார்கள் என்று. அது உண்மைதானா என்று சோதித்துப் பார்க்கவே நான்தான் ஐந்து ரூபாயை

அதிகமாகக் கொடுத்தேன், அவர் சொன்னது உண்மைதான் என்று இப்பொழுது நம்புகிறேன்" என்று. ஊழியர் அப்போதுதான் உணர்ந்து தாம் சறுக்கிவிழப்போன தருணத்தை நினைத்து கடவுளுக்கு நன்றி செலுத்தினாராம்.

முழுமையாய்ப் பங்களிப்பு

உண்மையான உள்ளத்தோடு உத்தம இருதயத்தோடும், தன்னைத்தான் தாழ்த்தாமலும் திருப்பணியினை நிறைவேற்ற முடியாது. தன்னைத்தான் தாழ்த்தாமல் திருப்பணியில் முழுமையாகப் பங்குபெற முடியாது. பலஎதிர்ப்புகளை அவமானங்களைச் சந்திப்பது தான் சமூகசேவை. மனுக்குலத்திற்கான சேவையைச் செய்த எத்தனையோ மகாத்மாக்கள் அவமானத்தைச் சந்தித்துள்ளதை நாம் அறிந்திருக்கிறோம்.

மதர்தெரசா வாழ்வில் நடந்த சம்பவம் நீங்கள் அறிந்த ஒன்றுதான். தெரசா அம்மாவின்மேல் விரோதமும், வெறுப்பும், காழ்ப்புணர்ச்சியும் கொண்ட ஒரு டீக்கடைக்காரன் அவரை அவமானப்படுத்த நினைத்து அவர்கள் தனது ஆசிரம குழந்தைகளுக்காகக் கையேந்தி நின்றபோது அவரது கையில் எச்சில் துப்பினானாம். அப்போது தெரசாம்மா என்ன சொன்னார் தெரியுமா? எனக்கு நீ விரும்பியதைக் கொடுத்துவிட்டாய் என் ஆஸ்ரம பிள்ளைகளுக்கு என்ன கொடுக்கப்போகிறாய் என்று கேட்டார்கள். அதுதான் தாழ்மை. தாழ்மையினால் வந்த பொறுமை.

ஐநா சபைக்கு அவர் அழைக்கப்பட்டபோது உலகமே வியந்தது. அவருக்குக் கிடைக்கப்பெற்ற மரியாதை என்ன என்பதை உலகமே அறிந்தது. அப்போதும் அந்த மீட்டிங் முடிந்தபோது அங்கு தலைவர்கள் மேசைகளில் சாப்பிட்டு மீதமாய் வைத்துவிட்ட தட்டுகளிலிருந்த முந்திரி மற்றும் பிஸ்கேட்டுகளை தனது ஆஸ்ரமப் பிள்ளைகளுக்கு எடுத்துச்செல்லத் தனது பையில் போட்டுக்கொண்டதைக் கண்ட ஐநாசபைத் தலைவர்கள் வியந்து நின்றார்கள். தாழ்மை என்பது அல்லாமல் மனுக்குலசேவைக்கு அடிப்படை வேறொன்றுமில்லை. நம்மை தாழ்த்தாமல்

திருப்பணியினை / அருட்ணியினை முழுமையாக நம்மால் நிறைவேற்ற முடியாது.

நமது ஆண்டவரும் திருப்பணியில் நமக்கு முன்மாதிரியாக இருக்க என்ன செய்தார்? யோவான் 13:1-17 தந்தை அனைத்தையும் நம் கையில் ஒப்படைத்துள்ளார் என்பதை இயேசு அறிந்து உடனே, எழுந்து சீடர்களின் பாதங்களை கழுவத் தொடங்கினார். யோவான் 13:3 தனக்குக் கொடுக்கப்பட்ட அதிகாரம் என்ன என்பதை அறிந்த உடனேயே, நினைத்த மாத்திரத்திலேயே தாழ்மையை அணிந்துகொண்டார். யோவான் 13:13-15, நானே என்று இயேசு கிறிஸ்து சொன்னதின் பொருள் நமக்குத் தெளிவாய் விளங்கினால் நாம் எம்மாத்திரம் என்பது நிச்சயம் விளங்கும். தான் செய்தது முன்மாதிரி என்பதை அவரே நமக்கு விளக்கியுள்ளார்.

தாழ்மை நமது திருப்பணிக்கு அவசியம். திருப்பணி / அருட்பணி மனுக்குல சேவைக்கு அடிப்படையாகக் கொள்ள வேண்டுமானால் தாழ்மை தேவை. அந்தத் தாழ்மையைப் பெற்றுக்கொள்ளும்போது தான் நாம் அந்தத் திருப்பணிக்கு முழுமையாய் நம்மை நாமே ஒப்புக்கொடுக்க முடியும். மனுக்குலசேவைக்கு முதன்மையானது நற்செய்தியை அறிவிப்பதே. யோவான் 13:16-17

கிறித்தவ வாழ்க்கை என்பதில் மூன்று தலையாய கூறுகள் அடங்கியுள்ளது. இரட்சிப்பின் அனுபவம், பரலோகத்தின் நிச்சயம், இந்த இரண்டிற்கும் இடைப்பட்டுள்ள சாட்சியுள்ள ஜீவியம். சாட்சியுள்ள வாழ்வில் தான் திருப்பணியும் / அருட்பணியும் அதில் இணைந்துள்ள மனுக்குல சேவையும் அடங்கியுள்ளது.

“கல்லறையில் மிகவும் செல்வந்தன்” என அறியப்படுவதில் பயனில்லை. நம்முடைய செல்வங்களைப் பயன்படுத்தும் விதத்தை பொறுத்தே நம் நித்திய முடிவு நிர்ணயிக்கப்படுகிறது. நன்மை செய்ய கிடைக்கும் தருணங்களை இன்றே பயன்படுத்திக்கொள்வோம் - ரூப்சிங் டேவிட், கொரிக்க கொஞ்சம்.

யூதர்கள் அடையாளத்தைக் கேட்கிறார்கள், கிரேக்கர் ஞானத்தைத் தேடுகிறார்கள். நாங்களோ சிலுயையில் அறையப்பட்ட கிறிஸ்துவைப் பிரசங்கிக்கிறோம், அவர் யூதருக்கு இடறலாயும் கிரேக்கருக்குப் பைத்தியமாயும் இருக்கிறார். ஆகிலும் யூதரானாலும் கிரேக்கரானாலும் எவர்கள் அழைக்கப்பட்டிருக்கிறார்களோ அவர்களுக்குக் கிறிஸ்து கடவுளின் பெலனும் கடவுளின் ஞானமுமாயிருக்கிறார் 1 கொரிந்தியர் 1:22-24.

எது என் படகு?

ஆமென்!

><}}}}*> 00000 <*{{{{><

என் மைக்கு நிறம் கலந்தவர்கள்

மேலை நாட்டு இறை பணியாளர்கள், சார்ல்ஸ் ஸ்பர்ஜியன், செல்வின் ஹியூக்ஸ், ரிக்வாரன், மேத்யூ ஹென்றி, டேக்ஸ்,

சகோ. ஆர்.ஸ்டான்லி, அருள்திரு பி.ஜே.பிரேமையா,

திரு. செல்வின் தங்கதுரை, கவிஞர். அருள்பிரகாஷ்,

திரு. ரூப்சிங் டேவிட் போன்ற அநேக

இறை செய்தியாளர்களின்

ஆய்வு நூல்கள்.

நான் கேட்ட, கற்ற, படித்த, தியானித்த

கடவுளின் வார்த்தைகள், இறை நூல்கள்,

இறை பத்திரிகைகள்.

எனது ஆவிக்குரிய நண்பர்கள், போதகர்கள், சகஊழியர்கள் பகிர்ந்த வேதக் கருத்துகள்.

மற்றும்

ஊடகங்கள் – வலைதளங்கள்

><}}}}*> 00000 <*{{{{><

ஆசிரியரின் பிற நூல்கள்

- இளங்குயில்களின் இனிய பூபாளம் (1984)
- விசிறிக்கு வியர்க்கிறது (2005)
- நேசம் (திரைக்கதை வசனம் - 2013)
- விவிலிய ஒளியில் சித்தர் பாடல்கள் (2018)
- திரையில் பூத்தத் துளசிப் பூக்கள் (2019)
- திருவார்த்தைத் துலாபாரம் (2021)
- மார்ஸ் மேடை (2021)
- கனி (2021)
- சித்தர்கள் கண்ட சிலுவைச் சித்தாந்தம்
- கவிசுவிசேஷம் (2023)

><}}}}*> 00000 <*{{{{><

அனைத்து நூல்களுக்கும்:

அலைபேசி: 9841053626

மின்னஞ்சல்: rameshaction@gmail.com

YouTube: IOJ TV

www.ingramcontent.com/pod-product-compliance
Lightning Source LLC
LaVergne TN
LVHW091313150826
845673LV00006B/1633

* 9 7 9 8 8 9 6 7 3 1 0 5 4 *